Ískláraðar Ítölskar Uppskriftir
Bragðið af Ítalíu

Alessia Rossi

Vísitölu

Kjúklingur fylltur með ragu 9

Bakaður kjúklingur 12

Kjúklingur undir múrsteini 15

Sítrónu kjúklingasalat 17

Kjúklingasalat með tveimur paprikum 20

Kjúklingasalat í Piedmont stíl 23

Kalkúnabringa með rúlluðu fyllingu 26

Kalkúnakjötsbrauð 28

Kalkúnarúllur í rauðvínstómatsósu 31

Andabringur með sætum og súrum fíkjum 34

Steikt önd með kryddi 37

Quail í potti með Porcini 40

grillaður kvistur 43

Quail með tómötum og rósmarín 45

steikt quail 47

Grilluð steik, Flórens stíl 54

Balsamic gljáð steik 56

Rjómasteik með lauk, pancetta og rauðvíni 58

Sneidd steik með rucola 60

Flakasteik með Gorgonzola ... 62

Kjötrúllur fylltar með tómatsósu ... 64

kjöt og bjór ... 66

Nautakjöt og laukur ... 68

Kryddaður nautapottréttur ... 71

Friuli nautakjöt ... 73

Blandaður nautapottréttur, Hunter Style ... 76

Nautagúlasj ... 79

Oxhalapottréttur, rómverskur stíll ... 82

Roastbeef shank ... 85

Eggaldin fyllt með kjöti ... 87

Napólískar kjötbollur ... 89

Muffins með furuhnetum og rúsínum ... 91

Kjötbollur með káli og tómötum ... 94

Kjötbollur að hætti Bologna ... 97

Látum það vera í Marsala ... 100

Kjötbrauð, í gömlum napólískum stíl ... 102

Pottsteikt með rauðvíni ... 104

Pottsteikt með lauk og pastasósu ... 107

Kjötbollur með sikileyskri fyllingu ... 110

Bakaður hryggur með ólífusósu ... 114

Blandað soðið kjöt ... 116

bakaður laukur 120

Laukur með balsamik ediki 122

niðursoðinn rauðlaukur 124

Ristað lauk- og rauðrófusalat 126

Perlulaukur með hunangi og appelsínu 128

Ertur með lauk 130

Ertur með beikoni og kjúklingabaunum 132

Sætar baunir með salati og myntu 134

Páskabautasalat 136

ristaðar paprikur 138

Ristað piparsalat 140

Ristað paprika með lauk og kryddjurtum 141

Ristað paprika með tómötum 143

Paprika með balsamik ediki 145

súrsuðum pipar 147

Paprika með möndlum 149

Paprika með tómötum og lauk 151

Fylltar paprikur 153

Fylltar paprikur í napólískum stíl 155

Fylltar paprikur, Ada Bon stíll 158

Steiktar paprikur 160

Steiktar paprikur með kúrbít og myntu 162

Ristað pipar og eggaldin terrine ... 164

sætar og súrar kartöflur ... 167

Kartöflur með balsamik ediki ... 169

kartöflur í feneyskum stíl ... 171

Kartöflun "hoppaði" ... 173

Paprikukökur ... 175

Kartöflumús með steinselju og hvítlauk ... 177

Herbed nýjar kartöflur með Pancetta ... 179

Kartöflur með tómötum og lauk ... 181

Bakaðar kartöflur með hvítlauk og rósmarín ... 183

Bakaðar kartöflur með sveppum ... 185

Kartöflur og blómkál, Basilicata stíl ... 187

Kartöflur og hvítkál á pönnu ... 189

Kartöflu- og spínatbaka ... 191

Napólískar kartöflukrókettar ... 194

Papa Napoli kartöflubaka ... 197

Steiktir tómatar ... 200

Gufusoðnir tómatar ... 202

Brenndir tómatar ... 203

Farro fylltir tómatar ... 205

Fylltir rómverskir tómatar ... 207

Brenndir tómatar með balsamikediki ... 209

Kúrbítscarpaccio 211

Kúrbít með hvítlauk og myntu 213

Steikið kúrbítinn 215

Kúrbít með beikoni 217

Kjúklingur fylltur með ragu

Pollo Ripieno al Ragu

Gerir 6 skammta

Amma mín bjó til svona kjúkling fyrir veislur og sérstök tækifæri. Fyllingin bætir ekki aðeins bragði við kjúklinginn inni heldur gefur öll fyllingin sem fellur í sósuna honum aukið bragð.

Ríkulegt magn af sósu hjúpar kjúklinginn. Þú getur sett það til hliðar til að bera fram með pasta í aðra máltíð.

8 aura spínat, saxað

8 oz nautahakk

1 stórt egg, þeytt

1/4 bolli venjulegt þurrt brauð

1/4 bolli nýrifinn Pecorino Romano

Salt og nýmalaður svartur pipar

1 kjúklingur (3 1/2 til 4 pund)

2 matskeiðar af ólífuolíu

1 meðalstór laukur, saxaður

1/2 bolli þurrt hvítvín

1 dós (28 oz.) skrældar tómatar, unnar í matvinnsluvél

1 lárviðarlauf

1. Setjið spínatið í stóran pott á meðalhita með 1/4 bolla af vatni. Lokið og eldið í 2-3 mínútur eða þar til það er þurrt og mjúkt. Tæmdu og kældu. Vefjið spínatinu inn í lólausan klút og kreistið eins mikið vatn út og hægt er. Saxið spínatið smátt.

tveir. Blandið saman í stóra skál saxað spínat, nautakjöt, egg, brauðrasp, ost, salt og pipar eftir smekk. Blandið vel saman.

3. Þvoið kjúklinginn og þurrkið hann. Stráið þeim að innan og utan með salti og pipar. Fylltu holuna á kjúklingnum lauslega með fyllingu.

4. Hitið olíuna í stórri, þungri pönnu yfir miðlungshita. Bætið kjúklingabringunni undir. Bakið í 10 mínútur eða þar til þær eru gullinbrúnar. Snúðu kjúklingabringunni á hvolf. Dreifið lauknum í kringum kjúklinginn og steikið, um það bil 10

mínútur í viðbót. Dreifið afganginum af fyllingunni í kringum kjúklinginn. Bætið víninu út í og látið sjóða í 1 mínútu. Hellið yfir kjúklinginn tómötum, lárviðarlaufi og salti og pipar eftir smekk. Lækkið hitann og hyljið pönnuna að hluta. Bakið í 30 mínútur.

5. Snúið kjúklingnum varlega við. Eldið þakið að hluta í 30 mínútur í viðbót. Ef sósan er of þunn skaltu opna pönnuna. Bakið í 15 mínútur í viðbót eða þar til kjúklingurinn losnar við beinið þegar hann er prófaður með gaffli.

6. Takið kjúklinginn úr sósunni. Skerið kjúklinginn í bita og leggið á disk. Fjarlægðu fituna úr sósunni með stórri skeið eða fituskilju. Dreypið smá af sósunni yfir kjúklinginn og berið fram heitt.

Bakaður kjúklingur

Pollo Bollito Arrosto

Gerir 4 skammta

Vinkona úr menntaskóla, Leona Ancona Cantone, sagði mér að móðir hennar, en fjölskylda hennar var frá Abruzzo, hafi gert eitthvað svona fyrir mörgum árum. Ég ímynda mér að uppskriftin hafi orðið til þess að fá sem mest út úr kjúklingnum, þar sem hann veitir bæði sósu og nautasteik. Eldunar- og steikingaraðferðin gerir fuglinn mjög mjúkan.

1 kjúklingur (3 1/2 til 4 pund)

1 gulrót

1 rif af sellerí

1 laukur, afhýddur

4 eða 5 greinar af steinselju

salt

tveir/3 bolli venjulegt brauð

⅓ bolli nýrifinn Parmigiano-Reggiano

½ msk þurrkað oregano, mulið

2 til 3 matskeiðar af ólífuolíu

2 matskeiðar af sítrónusafa

Nýmalaður svartur pipar

1. Brjóttu vængioddana aftur. Setjið kjúklinginn í stóran pott og bætið við köldu vatni til að hylja. Látið suðuna koma upp og eldið í 10 mínútur. Fjarlægðu froðuna með stórri skeið.

tveir. Bætið við gulrótum, sellerí, lauk, steinselju og salti eftir smekk. Eldið við meðalhita þar til kjúklingurinn er mjúkur þegar hann er stunginn með gaffli í þykkasta hluta lærsins og safinn rennur út, um 45 mínútur. Takið kjúklinginn af pönnunni. (Þú getur bætt meira hráefni í soðið, eins og nautakjöt eða kjúkling, og eldað í 60 mínútur í viðbót. Tæmið og kælt soðið eða fryst það fyrir súpur eða aðra notkun.)

3. Settu grindina í miðju ofnsins. Forhitið ofninn í 450°F. Smyrjið stóra bökunarplötu.

4. Blandið saman brauðmylsnu, osti, oregano, ólífuolíu, sítrónusafa og salti og pipar eftir smekk á disk.

5. Skerið kjúklinginn í bita með sterkum eldhúsklippum. Húðaðu kjúklinginn með brauðmylsnu, bankaðu til að húða. Settu kjúklinginn á tilbúna bökunarplötu.

6. Bakið í 30 mínútur eða þar til skorpan er orðin gullin og stökk. Berið fram heitt eða við stofuhita.

Kjúklingur undir múrsteini

Pollo al Mattone

Gerir 2 skammta

Rifinn og flettur kjúklingur, eldaður undir þyngd, er stökkur að utan og safaríkur að innan. Í Toskana er hægt að kaupa sérstakan þungan terracotta disk sem fletur kjúklinginn út og heldur honum jafnt á yfirborði pönnunnar. Ég nota þunga steypujárnspönnu sem er klædd álpappír fyrir þyngdina, en venjulegir múrsteinar vafðir í álpappír virka alveg eins vel. Það er mikilvægt að nota mjög litla hænu eða jafnvel korníska hænu í þessa uppskrift; annars þornar að utan áður en kjötið nálægt beininu er soðið.

1 lítill kjúklingur (um 3 kg)

Salt og nýmalaður svartur pipar

1/3 bolli ólífuolía

1 sítróna, sneið

1. Þurrkaðu kjúklinginn. Notaðu stóran matreiðsluhníf eða alifuglaskæri til að aðskilja kjúklinginn eftir hryggnum.

Opnaðu kjúklinginn á skurðbrettinu eins og bók. Skerið sphenoid beinið sem aðskilur bringuna. Fjarlægðu vængenda og afganginn af vængnum úr samskeyti. Fletjið kjúklinginn út með því að berja hann varlega með gúmmíhamri eða öðrum þungum hlut. Stráið salti og pipar yfir báðar hliðar.

tveir. Veldu pönnu sem heldur kjúklingnum flatum og þyngdinni. Veldu aðra pönnu eða þunga pönnu sem getur þrýst jafnt á kjúklinginn. Hyljið botninn með álpappír og vefjið brúnum pappírsins utan um pönnuna að innan. Ef nauðsyn krefur, fyllið pönnuna klædda múrsteinnúðlum.

3. Hellið olíu á pönnuna og hitið á meðalhita. Bætið kjúklingnum með skinnhliðinni niður. Stilltu þyngdina. Bakið þar til húðin er gullinbrún, 12 til 15 mínútur.

4. Renndu þunnum spaða undir kjúklinginn til að losa hann af pönnunni. Snúðu kjúklingnum með skinnhliðinni varlega upp. Skiptu um þyngdina og eldaðu kjúklinginn þar til safinn rennur út þegar þú stingur í lærið, um það bil 12 mínútum lengur. Berið fram heitt með sítrónubátum.

Sítrónu kjúklingasalat

Insalata di Pollo al Limone

Gerir 6 skammta

Einn mjög heitan sumardag þegar ég var í Bordighera í Liguria, nálægt frönsku landamærunum, stoppaði ég í hádegismat á kaffihúsi og baðaði mig í sólinni. Þjónninn mælti með þessu nýgerða kjúklingasalati sem minnti mig á nicoise salatið sem ég fékk mér í Frakklandi fyrir nokkrum dögum. Niðursoðinn túnfiskur er einkennandi fyrir Nice en ítalska útgáfan með kjúklingi er líka góð.

Þetta er fljótlegt kjúklingasalat svo ég nota kjúklingabringur en það má líka nota heilan kjúkling. Hægt er að elda kjúklinginn fyrirfram og marinera í sósunni, en grænmetið bragðast betur ef það er ekki frosið eftir eldun. Þú getur geymt þær við stofuhita í um klukkutíma þar til þú ert tilbúinn að setja saman salatið.

4 heimagerð glös<u>Kjúklingasúpa</u>, eða búð sem keypt er seyði og vatnsblöndu

4 til 6 litlar vaxkenndar kartöflur, eins og Yukon Gold

8 aura grænar baunir, skornar í 1 tommu bita

salt

2 kíló af beinlausum, roðlausum, fitulausum kjúklingabringum

klæðast

1/2 bolli extra virgin ólífuolía

2 msk ferskur sítrónusafi eða eftir smekk

1 matskeið þvegin, tæmd og saxuð kapers

1/2 msk þurrkað oregano, mulið

Salt og nýmalaður svartur pipar

2 meðalstórir tómatar, sneiddir

1. Ef nauðsyn krefur, undirbúið vökvann. Setjið kartöflurnar á pönnuna. Bætið við köldu vatni til að hylja. Lokið pönnunni með loki og látið vatnið sjóða. Bakið þar til það er mjúkt þegar stungið er í það með hníf, um 20 mínútur. Tæmdu kartöflurnar og láttu þær kólna aðeins. Fjarlægðu skinnið.

tveir. Hitið vatn að suðu í meðalstórum potti. Bætið við grænum baunum og salti eftir smekk. Eldið þar til baunir eru mjúkar, um það bil 10 mínútur. Tæmdu baunirnar og kældu undir rennandi vatni. Þurrkaðu baunirnar.

3. Látið vökvann sjóða í stórum potti (ef ekki tilbúinn). Bætið kjúklingabringunum út í og setjið lok á pönnuna. Eldið kjúklinginn, snúið einu sinni, í 15 mínútur eða þar til hann er meyr þegar hann er stunginn með gaffli og safinn rennur út. Tæmdu kjúklingabringurnar, geymdu vökvann til annarra nota. Skerið kjúklinginn þvers og kruss og setjið í meðalstóra skál.

4. Blandið hráefninu í dressinguna í lítilli skál. Hellið helmingnum af sósunni yfir kjúklinginn. Kasta bitunum vel til að skarast. Smakkið til og stillið krydd. Setjið kjúklinginn saman í miðjuna á stórum disk. Lokið og kælið í allt að 2 klst.

5. Raðið grænu baununum, kartöflunum og tómötunum utan um kjúklinginn. Dreypið afganginum af sósunni yfir og berið fram strax.

Kjúklingasalat með tveimur paprikum

Insalata di Pollo með Pepperoni

Gerir 8 til 10 skammta

Bæði ristuð paprika og súrsuðum chili gefa þessu salati áhuga. Ef kirsuberjapipar er ekki fáanleg skaltu skipta út annarri súrsuðum pipar eins og jalapeno eða peperoncino. Pottristaðar paprikur koma sér vel þegar þú hefur ekki tíma til að steikja þína eigin. Þessi uppskrift gerir mikið af kjúklingi og er því tilvalið í veisluna. Ef þess er óskað er auðvelt að skera uppskriftina í tvennt.

2 litlar kjúklingar (um 3 pund hver)

2 gulrætur

2 sellerístilkar

1 laukur

Nokkrir greinar af steinselju

salt

6 svartur pipar

6 rauðar eða gular bjöllurristaðar paprikur, afhýðið og skerið í þunnar strimla

klæða sig

½ bolli ólífuolía

3 matskeiðar af ediki

¼ bolli saxuð fersk steinselja

2 matskeiðar niðursoðinn svartur pipar, fínmalaður eða eftir smekk

1 hvítlauksgeiri, smátt saxaður

4 til 6 bollar blandað grænmeti

1. Setjið kjúklingana í stóran pott og bætið köldu vatni við til að hylja. Látið suðuna koma upp og eldið í 10 mínútur. Fjarlægðu það með skeið og fargaðu froðu sem kemur upp á yfirborðið.

tveir. Bætið við gulrótum, sellerí, lauk, steinselju og salti eftir smekk. Eldið við meðalhita þar til kjúklingurinn er mjúkur og safinn rennur út, um það bil 45 mínútur.

3. Á meðan, ef þarf, steikið paprikuna. Þegar kjúklingurinn er eldaður er hann tekinn af pönnunni. Geymið súpuna til annarra nota.

4. Látið renna af kjúklingnum og kólna. Fjarlægðu kjötið. Skerið kjötið í 2 tommu bita og setjið í skálina með ristuðu paprikunni.

5. Í meðalstórri skál, blandaðu dressingunni saman. Hellið helmingnum af sósunni yfir kjúklinginn og paprikuna og hrærið vel. Lokið og kælið í allt að 2 klst.

6. Rétt áður en hann er borinn fram skaltu henda kjúklingnum saman við sósuna sem eftir er. Smakkið til og stillið kryddið, bætið við meira ediki ef þarf. Raðið grænmetinu á disk. Setjið kjúklinginn og paprikuna ofan á. Berið fram strax.

Kjúklingasalat í Piedmont stíl

Insalata di Pollo Piemontese

Gerir 6 skammta

Í Piedmont svæðinu byrja veitingahúsamáltíðir venjulega með langri röð af antipasti. Svo ég smakkaði þetta salat í fyrsta skipti á Belvedere, klassískum veitingastað á svæðinu. Mér finnst gott að bera hann fram sem aðalrétt í hádeginu á vorin eða sumrin.

Fyrir fljótlega máltíð skaltu búa til þetta salat með steiktum kjúklingi sem keyptur er í verslun í stað þess að soðna kjúkling. Brenndur kalkúnn myndi líka virka vel.

1 kjúklingur (3 1/2 til 4 pund)

2 gulrætur

2 sellerístilkar

1 laukur

Nokkrir greinar af steinselju

salt

6 svartur pipar

8 aura hvítir sveppir, þunnar sneiðar

2 sellerístilkar, þunnar sneiðar

1/4 bolli ólífuolía

1 (2 oz) dós ansjósuflök, tæmd og snyrt

1 matskeið Dijon sinnep

2 matskeiðar af nýkreistum sítrónusafa

Salt og nýmalaður svartur pipar

Um 6 bollar salat, skorið í litla bita

Lítið stykki af Parmigiano-Reggiano

1. Setjið kjúklinginn í stóran pott og bætið við köldu vatni til að hylja. Látið suðuna koma upp og eldið í 10 mínútur. Skerið froðuna sem kemur upp á yfirborðið af með stórri skeið.

tveir. Bætið við gulrótum, sellerí, lauk, steinselju og salti eftir smekk. Eldið við meðalhita þar til kjúklingurinn er mjúkur og safinn rennur út, um það bil 45 mínútur. Takið kjúklinginn af pönnunni. Geymið súpuna til annarra nota.

3. Látið renna af kjúklingnum og kólna aðeins. Fjarlægðu kjötið af skinni og beinum. Skerið kjötið í 2 tommu bita.

4. Blandið saman kjúklingabitunum, sveppunum og fínt söxuðu selleríinu í stóra skál.

5. Í meðalstórri skál, þeytið saman ólífuolíu, ansjósu, sinnep, sítrónusafa og salt og pipar eftir smekk. Blandið kjúklingablöndunni saman við sósuna. Dreifið grænmetinu á disk og toppið með kjúklingablöndunni.

6. Rífið Parmigiano-Reggiano yfir salatið með snúningshýði. Berið fram strax.

Kalkúnabringa með rúlluðu fyllingu

Rollata di Taccino

Gerir 6 skammta

Helmingar af kalkúnabringum eru fáanlegar í flestum matvöruverslunum. Í þessum Emilia-Romagna rétti, eftir að kjötið er fjarlægt og flatt út, er kalkúnabringum pakkað inn og bakað þannig að hýðið haldist rakt. Berið steikina fram heita eða kalda. Það gerir líka góða samloku borið fram með sítrónumajónesi.

1/2 kalkúnabringa (um 2 1/2 pund)

1 hvítlauksgeiri, smátt saxaður

1 matskeið ferskt saxað rósmarín

Salt og nýmalaður svartur pipar

2 aura innflutt ítalsk skinka, þunnar sneiðar

2 matskeiðar af ólífuolíu

1. Settu grindina í miðju ofnsins. Forhitið ofninn í 350°F. Smyrjið litla bökunarplötu.

tveir. Notaðu beittan hníf til að fjarlægja húðina af kalkúnnum í einu stykki. Leggðu það til hliðar. Skerið kalkúnabringuna af beininu. Settu beinlausa hliðina upp á skurðbretti. Byrjið á annarri langhliðinni, skerið kalkúnabringuna í tvennt eftir endilöngu, endar rétt við hina langhliðina. Opnaðu kjúklingabringuna eins og bók. Fletjið kalkúninn út með kjöthamri í um það bil 1/2 tommu þykkt.

3. Stráið kalkúnnum yfir hvítlauk, rósmarín, salti og pipar eftir smekk. Setjið beikonið ofan á. Byrjið á einni langhliðinni og rúllið kjötinu í strokk. Settu kalkúnahýðið á pönnukökuna. Bindið rúlluna með eldhúsgarni með 2 tommu millibili. Setjið rúlluna á tilbúna bökunarplötuna með saumahliðinni niður. Penslið með olíu og stráið salti og pipar yfir.

4. Steikið kalkúninn í 50 til 60 mínútur, eða þar til innra kjöthitastigið er 155°F á augnabliksleasandi hitamæli. Látið hvíla í 15 mínútur áður en það er skorið í sneiðar. Berið fram heitt eða við stofuhita.

Kalkúnakjötsbrauð

Polpettone di Taccino

Gerir 6 skammta

Á Ítalíu er kalkúnn oft skorinn í bita eða malaður frekar en heilsteiktur. Þetta Piedmont brauð er bakað, sem gefur því meira pate-eins og áferð.

Þetta brauð er gott heitt eða kalt. þjóna saman<u>Græn sósa</u>eða ferskri tómatsósu.

4 eða 5 sneiðar ítalskt brauð, skorpan fjarlægð og rifin í bita (um 1 bolli)

½ bolli mjólk

2 matskeiðar af saxaðri ferskri steinselju

1 stór hvítlauksgeiri

4 aura pancetta, í teningum

½ bolli nýrifinn Parmigiano-Reggiano

Salt og nýmalaður svartur pipar

1 pund malaður kalkúnn

2 stór egg

1/4 bolli pistasíuhnetur, saxaðar og grófsaxaðar

1. Leggið brauðið í bleyti í kaldri mjólk í 5 mínútur eða þar til það er mjúkt. Kreistu brauðið varlega og settu í matvinnsluvél með stálblaði. Hellið mjólkinni.

tveir. Bætið steinselju, hvítlauk, pancetta, osti og salti og pipar eftir smekk. Vinnið þar til það er fínt saxað. Bætið kalkúnnum og eggjunum út í og blandið þar til slétt. Blandið pistasíuhnetunum saman með spaða.

3. Settu 14 x 12 tommu stykki af rökum ostaklút á flatt yfirborð. Myndaðu kalkúnablönduna í 8 x 3 tommu kúlu og settu á viskustykki. Vefjið klútnum utan um kalkúninn og hyljið hann alveg. Notaðu eldhúsgarn til að binda brauðið með 2 tommu millibili eins og þú myndir binda steik.

4. Fylltu stóran pott með 3 lítra af köldu vatni. Látið safann sjóða.

5. Bætið brauðinu út í og steikið, að hluta til, í 45 mínútur eða þar til safinn rennur út þegar hann er stunginn með gaffli í miðju brauðsins.

6. Takið brauðið úr vökvanum og látið það kólna í 10 mínútur. Við vefjum það og skerum það í sneiðar til að bera fram.

Kalkúnarúllur í rauðvínstómatsósu

Veltið því í Salsa Rosa al Vino

Gerir 4 skammta

Þegar ég gifti mig gaf nágranni mér þessa uppskrift frá upprunahéraði fjölskyldu hennar í Puglia. Ég hef drullað í hann í mörg ár og á meðan hann notaði nautakjöt þá vil ég frekar gera það með kalkún. Hægt er að útbúa bollur fyrirfram og geyma í kæli. Þeir hitna vel einum eða tveimur degi síðar.

4 aura nautakjöt eða kalkún

2 aura pancetta, smátt saxað

1/4 bolli saxuð fersk steinselja

1 lítill hvítlauksgeiri, smátt saxaður

1/4 bolli venjulegt þurrt brauð

Salt og nýmalaður svartur pipar

1 1/4 pund kalkúnn í þunnar sneiðar, skorinn í 12 bita

2 matskeiðar af ólífuolíu

1/2 bolli þurrt rauðvín

2 bollar ferskir tómatar, skrældir, fræhreinsaðir og saxaðir eða niðursoðnir tómatar, tæmdir og saxaðir

Örlítil mulin rauð paprika

1.Blandið nautakjöti, pancetta, steinselju, hvítlauk, brauðraspi og salti og pipar í stóra skál eftir smekk. Myndaðu blönduna í 12 litlar pylsur um það bil 3 tommur að lengd. Setjið pylsuna ofan á kalkúnakótilettu. Rúllaðu kjötinu til að vefja pylsunni. Lokaðu lokuðu rúllunni með tannstöngli í miðjunni, samsíða rúllunni. Endurtaktu með afganginum af pylsum og kótelettum.

tveir. Hitið olíuna á meðalstórri pönnu yfir meðalhita. Bætið rúllunum út í og steikið á öllum hliðum í um 10 mínútur. Bætið víninu út í og látið suðuna koma upp. Eldið í 1 mínútu, snúið rúllunum við.

3.Bætið tómötunum út í, salti eftir smekk og klípu af muldum rauðum pipar. Dragðu úr hita niður í lágan. Hyljið pönnuna að hluta. Bakið, bætið við smá volgu vatni ef þarf til að sósan þorni ekki, í 20 mínútur eða þar til bollurnar eru mjúkar þegar þær eru stungnar með gaffli.

4. Setjið rúllurnar á disk. Fjarlægðu tannstönglana og helltu sósunni yfir. Berið fram heitt.

Andabringur með sætum og súrum fíkjum

Petto di Anatra með Agrodolce di Fichi

Gerir 4 skammta

Þessi nútímalega Piedmontese uppskrift að ristuðum andabringum með fíkjum og balsamikediki er fullkomin fyrir sérstakan kvöldverð. Andabringur er best að elda við meðalhita og flestar bleikar. Berið fram með smurðu spínati og kartöflugratíni.

2 beinlausar andabringur (um 2 pund hvor)

Salt og nýmalaður svartur pipar

8 þroskaðar grænar eða svartar fíkjur eða þurrkaðar fíkjur

1 skeið af sykri

1/4 bolli aldrað balsamik edik

1 matskeið ósaltað smjör

1 msk fersk saxuð steinselja

1. Takið andabringuna úr kæliskápnum 30 mínútum fyrir eldun. Þvoið andabringurnar og klappið þær þurrar. Skerið 2 eða 3 skáskora í húðina á andabringunni án þess að skera í gegnum kjötið. Stráið ríkulega salti og pipar yfir.

tveir. Á meðan skaltu skera ferskar fíkjur í tvennt eða í fernt ef þær eru stórar. Ef þú notar þurrkaðar fíkjur skaltu liggja í bleyti í volgu vatni í 15-30 mínútur þar til þær eru mjúkar. Tæmið, skerið síðan í fernt.

3. Settu grindina í miðju ofnsins. Forhitið ofninn í 350°F. Útbúið litla bökunarplötu.

4. Hitið stóra non-stick pönnu yfir meðalháum hita. Bætið andabringunum út í með skinnhliðinni niður. Eldið önd, án þess að snúa, þar til húðin er gullinbrún, 4 til 5 mínútur.

5. Penslið pönnuna með smá af andafitu af pönnunni. Setjið andabringurnar á ofnplötu með húðhliðinni upp og eldið í 5 til 6 mínútur, eða þar til kjötið er bleikt í þykkasta hlutanum.

6. Á meðan öndin er í ofninum skal rýma fituna af pönnunni en ekki þurrka hana af. Bætið við fíkjum, sykri og balsamikediki. Eldið, snúið pönnunni, þar til vökvinn þykknar aðeins, um það bil 2 mínútur. Takið af hitanum og blandið saman við smjör.

7. Þegar þau eru tilbúin skaltu setja andabringurnar á skurðbretti. Skerið bringurnar í 3/4 tommu skáar sneiðar. Raðið sneiðunum á 4 diska. Skeið með fíkjusósu. Stráið steinselju yfir og berið fram strax.

Steikt önd með kryddi

Önd allo Tegund

Gerir 2 til 4 skammta

Í Piemonte eru villiendur marineraðir í rauðvíni, ediki og kryddi. Vegna þess að innlenda Peking-öndin sem fáanleg er í Bandaríkjunum er mjög feit, aðlagaði ég þessa uppskrift fyrir steikingu. Það er ekki mikið af kjöti á öndinni, svo búist við að fá bara tvo stóra bita eða fjóra litla. Alifuglaklippur eru góð hjálp þegar öndin er skorin í bita til framreiðslu.

1 önd (um 5 pund)

2 hvítlauksgeirar, saxaðir

2 meðalstórir laukar, þunnar sneiðar

1 matskeið ferskt saxað rósmarín

3 heilir negull

1/2 tsk malaður kanill

1/4 bolli þurrt rauðvín

2 matskeiðar af rauðvínsediki

1. Stungið húðina yfir allt með gaffli til að losa fituna þegar hún eldast. Gætið þess að gata aðeins yfirborð húðarinnar og forðast að gata holdið.

tveir. Í meðalstórri skál skaltu sameina hvítlauk, lauk, rósmarín, negul og kanil. Dreifið um þriðjungi af blöndunni á miðju ofnplötuna. Setjið öndina á pönnuna og fyllið hana aðeins með blöndunni. Dreifið restinni af blöndunni yfir öndina. Lokið og kælið yfir nótt.

3. Settu grindina í miðju ofnsins. Forhitið ofninn í 325°F. Myldu hráefnin í andamarineringu á pönnunni. Steikið öndina með brjósthliðinni niður í 30 mínútur.

4. Snúðu andabringunni við og helltu víni og ediki út í. Bakið það í 1 klukkustund, stráið það á 15 mínútna fresti með vökvanum á pönnunni. Hækkið ofnhitann í 400°F. Bakið í 30 mínútur til viðbótar, eða þar til öndin er vel brún og lærið mælist 175°F á skyndilesandi hitamæli.

5. Setjið öndina á skurðbretti. Hyljið með álpappír og látið hvíla í 15 mínútur. Hellið safanum af pönnunni og fjarlægið fituna með skeið. Hitið vökvann á pönnunni ef þarf.

6. Skerið öndina í bita og berið fram heita með safanum.

Quail í potti með Porcini

Quaglie Tegames með Funghi Porcini

Gerir 4 til 8 skammta

Í Buttrio, Friuli-Venezia Giulia, borðuðum við hjónin á Trattoria Al Parco veitingastaðnum sem hefur verið starfræktur síðan á 2. áratugnum. Hjarta veitingastaðarins er risastór Fogolar arninn sem er dæmigerður fyrir húsin á þessu svæði. Íbúar Friuli minnast oft kvölda í kringum eldinn, eldað og sagt sögur frá barnæsku sinni. Eldgryfja Al Parco er kveikt á hverju kvöldi og notuð til að grilla kjöt og sveppi. Kvöldið sem við vorum þar var sérstaðan fuglar í ríkri sveppasósu.

1 únsa þurrkaðir porcini sveppir (um 3/4 bolli)

2 bollar af heitu vatni

8 kvartar gerðar eins og sýnt er til hægri

8 salvíublöð

4 sneiðar af pancetta

Salt og nýmalaður svartur pipar

2 matskeiðar af ósaltuðu smjöri

1 skeið af ólífuolíu

1 lítill laukur, smátt saxaður

1 gulrót, fínt rifin

1 stilkur af mjúku sellerí, smátt saxað

1/2 bolli þurrt hvítvín

2 teskeiðar af tómatmauki

1. Leggið sveppina í bleyti í vatni í að minnsta kosti 30 mínútur. Taktu sveppina úr vatninu, geymdu vökvann. Þvoið sveppina undir köldu rennandi vatni, gaumgæfilega að endum stilkanna þar sem jarðvegur safnast saman. Sigtið frátekinn sveppasafa í gegnum pappírshandklæði eða kaffisíu í skál. Saxið sveppina smátt. Þeir lögðu það til hliðar.

tveir. Þvoið kvörnina að innan sem utan og þurrkið vel. Finndu pinnafestingarnar og fjarlægðu þær. Setjið stykki af pancetta, salvíublaði og ögn af salti og pipar.

3. Hitið smjörið og olíuna á stórri pönnu við meðalhita. Bætið quail og eldið, snúið öðru hverju, þar til vel brúnt á öllum hliðum, um 15 mínútur. Setjið kálið á disk. Bætið lauknum, gulrótinni og selleríinu á pönnuna. Eldið, hrærið stöðugt í, í 5 mínútur eða þar til það er mjúkt.

4. Bætið víninu út í og látið sjóða í 1 mínútu. Bætið sveppunum, tómatmaukinu og sveppakraftinum út í. Setjið kvörnina aftur á pönnuna. Stráið salti og pipar yfir.

5. Látið safann sjóða. Dragðu úr hita niður í lágan. Setjið lokið yfir og eldið, snúið og stráið vaktlinum af og til, í um það bil 1 klukkustund eða þar til fuglarnir eru mjög mjúkir þegar þeir eru stungnir með gaffli.

6. Ef það er of mikill vökvi á pönnunni, færið þá kvistinn yfir á disk og setjið álpappír yfir til að halda hita. Hækkið hitann í háan og látið vökvann malla þar til hann minnkar. Hellið sósunni yfir kvörturnar og berið fram strax.

grillaður kvistur

Qualie alla Griglia

Þjónar 2 til 4

Veitingastaðurinn La Badia í Orvieto sérhæfir sig í viðargrilluðu kjöti. Pylsur, smáfuglar og stórar steikur kveikja hægt og rólega í eldinum og fylla veitingastaðinn af skemmtilegum ilm. Þessar bakuðu eða grilluðu kvörtlur eru innblásnar af þeim sem ég borðaði í Umbria. Fuglarnir eru stökkir að utan og safaríkir að innan.

4 kvörtlur, þiðnar ef þær eru frystar

1 stór hvítlauksgeiri, smátt saxaður

1 matskeið ferskt rósmarín, saxað

1/4 bolli ólífuolía

Salt og nýmalaður svartur pipar

1 sítróna, sneið

1. Þvoið kvörnina að innan sem utan og þurrkið vel. Finndu pinnafestingarnar og fjarlægðu þær. Skerið vaktlina í tvennt meðfram bakinu og brjóstið með alifuglaskærum. Bankaðu varlega á quail helmingana með kjöthamri eða gúmmíhamri til að fletja þá aðeins út.

tveir. Blandið saman hvítlauk, rósmaríni, olíu, salti og pipar í stóra skál eftir smekk. Bætið quail í skál, blandið til að hjúpa. Lokið og kælið í 1 klukkustund til yfir nótt.

3. Settu grillið eða grillið um 5 tommur frá hitagjafanum. Hitið grillið eða grillið.

4. Steikið eða steikið quail helmingana þar til þeir eru vel brúnaðir á báðum hliðum, um það bil 10 mínútur. Berið fram heitt með sítrónubátum.

Quail með tómötum og rósmarín

Quaglie í Salsa

Gerir 4 til 8 skammta

Molise er staðsett við Adríahafsströndina á Suður-Ítalíu og er eitt af minna þekktum svæðum landsins. Það er aðallega landbúnaðar, með fá tækifæri fyrir ferðamenn, og fram á sjöunda áratuginn var hluti af sameinuðu svæði Abruzzo og Molise. Maðurinn minn og ég fórum þangað til að heimsækja Mayo di Norante víngerðina og agriturismo (býli eða víngerð sem einnig er gistiheimili) sem framleiðir nokkur af bestu vínum á svæðinu.

Á Tonino Vecchia Trattoria í Campobasso fengum við quail í léttri tómatsósu bragðbætt með rósmaríni. Prófaðu það með Majo di Norante víni, eins og sangiovese.

1 lítill laukur, saxaður

2 aura pancetta, í teningum

2 matskeiðar af ólífuolíu

8 ferskar eða þíðaðar frosnar kvörtlur

1 matskeið ferskt saxað rósmarín

Salt og nýmalaður svartur pipar

3 skeiðar af tómatmauki

1 bolli þurrt hvítvín

1. Í stórri pönnu með þéttloku, steikið lauk og pancetta í ólífuolíu við meðalhita þar til laukurinn er gullinn, um það bil 10 mínútur. Þrýstu innihaldsefnunum að hliðum pönnunnar.

tveir. Þvoið kvörnina að innan sem utan og þurrkið vel. Finndu pinnafestingarnar og fjarlægðu þær. Bætið kvartunum á pönnuna og steikið þær á öllum hliðum í um 15 mínútur. Stráið rósmarín yfir og salti og pipar eftir smekk.

3. Blandið saman tómatmauki og víni í lítilli skál. Hellið blöndunni yfir gæsurnar og blandið vel saman. Dragðu úr hita niður í lágan. Setjið lokið yfir og eldið quailinn, snúið öðru hverju, í um 50 mínútur eða þar til hann er mjög mjúkur þegar hann er stunginn með gaffli. Berið fram heitt.

steikt quail

Quaglie Stufate

Gerir 4 skammta

Gianni Cosetti er matreiðslumaður og eigandi Restaurante Roma í Tolmezzo, í fjöllum Carnia svæðinu í Friuli-Venezia Giulia. Það er frægt fyrir nútímalega túlkun sína á hefðbundnum uppskriftum og staðbundnu hráefni. Þegar ég borðaði þar sagði hann mér að þessi uppskrift væri venjulega gerð úr becacce, litlum veiðifuglum sem eru veiddir þegar þeir fara um svæðið á árlegum farfuglum. Í dag notar Gianni eingöngu ferska veiðifugla og vefur þá inn í pancetta jakka til að halda þeim rökum og mjúkum meðan á eldun stendur.

8 kvikur

16 einiber

Um 16 fersk salvíublöð

4 hvítlauksgeirar, þunnar sneiðar

Salt og nýmalaður svartur pipar

8 þunnar sneiðar af pancetta

2 matskeiðar af ósaltuðu smjöri

2 matskeiðar af ólífuolíu

1 bolli þurrt hvítvín

1. Þvoið kvörnina að innan sem utan og þurrkið vel. Finndu pinnafestingarnar og fjarlægðu þær. Fylltu hvern vakt með 2 einiberjum, salvíublaði og nokkrum hvítlauksrifjum. Salti og pipar stráið fuglunum yfir. Setjið salvíublað ofan á hverja vaktil. Opnaðu pancettu og vefjið sneið utan um hverja vaktil. Bindið eldhúsgarn utan um pancettu til að festa hana á sínum stað.

tveir. Bræðið smjörið með olíunni á meðalhita á stórri pönnu með þéttloku loki. Bætið vaktlinum út í og steikið fuglana á öllum hliðum í um 15 mínútur.

3. Bætið víninu út í og látið suðuna koma upp. Hyljið pönnuna, minnkið hitann og eldið, snúið og stráið vaktlinum nokkrum sinnum með vökvanum, í 45 til 50 mínútur eða þar til vaktlin er mjög mjúk. Bætið við smá vatni ef pannan verður of þurr. Berið fram heitt.

ég inn

Ítalir borða miklu meira úrval af kjöti en Bandaríkjamenn. Algengast er að nefna svínakjöt, nautakjöt og lambakjöt en Ítalir borða líka mikið af veiðidýrum, sérstaklega villibráð og villisvín. Krakki eða krakki er vinsælt fyrir sunnan; bragðið er mjög svipað og lambakjöt. Sum héruð eins og Veneto og Puglia borða hrossakjöt og mér var einu sinni boðið upp á soðinn asna í Piemonte.

Ítalía hefur ekki mikið af sléttu landi sem er opið fyrir stórum beitardýrum eins og nautgripum, svo það hefur ekki sterka hefð fyrir nautakjötsmatargerð. Undantekningarnar eru Toskana og hluti af Umbria, þar sem ræktuð er fjölbreytni nautgripa sem kallast Chianina. Þessi alhvíta kyn er þekkt fyrir bragðmikið kjöt, sérstaklega bistecca fiorentina, þykka skurð af porterhouse steik grilluð yfir glóð og borin fram með bestu ólífuolíu svæðisins.

Burtséð frá Chianina nautakjöti og fínum niðurskurði eins og filet mignon, hefur nautakjöt á Ítalíu tilhneigingu til að vera seigt. Það er best að baka, soðið eða soðið, eldað í ragút eða malað fyrir kjötbollur, brauð eða fyllingu. Kokkar í Piemonte státa sig af Barolo sínum, stórum hluta af kjöti sem er marinerað og hægt eldað í frægasta rauðvíni svæðisins. Napólíbúar elda litlar steikur undir pizzaíólu og sjóða kjötið í tómatsósu kryddaða með hvítlauk og oregano. Á Sikiley eru stórar þunnar sneiðar af nautakjöti fylltar, rúllaðar og soðnar eins og farsumagru steik, sem þýðir „falsa magur" vegna þess að venjulegt ytra byrði þeirra felur fyllinguna að innan.

Nautakjöt er oftast neytt á Ítalíu, sem er kjöt ungra karlkálfa, venjulega ekki meira en átta til sextán vikna gamlir. Bestir eru mjólkurfóðraðir, sem þýðir að dýrið er svo ungt að það hefur aldrei borðað gras eða dýrafóður. Mjólkurfóðrað nautakjöt er ljósbleikt á litinn og mjög meyrt. Nautakjöt frá eldri, kornfóðri dýrum er dekkra rautt, sterkara á bragðið og seigara, þó það geti verið nokkuð gott.

Safaríkar pylsur, mjúkar steikur og stökk rif eru bara hluti af dýrindis svínakjöti sem borðað er á Ítalíu. Eitt af uppáhalds aðdráttaraflum Mið-Ítalíu er porchetta vörubíllinn, sérútbúinn sendibíll sem flytur heilsteikt svín kryddað með hvítlauk, fennel, kryddjurtum og svörtum pipar. Sendibíla er að finna á sýningum og mörkuðum og lagt í vegkanti nálægt ströndum og almenningsgörðum. Allir eiga sína uppáhalds uppsprettu af porchetta og þú getur pantað nokkrar sneiðar með kvöldmatnum eða samloku til að njóta á staðnum. Þeir sem til þekkja biðja um uppsölu, kannski ekki bara salt, heldur alla kryddblönduna sem gefur kjötinu bragð.

Þegar við heimsóttum Majo di Norante, víngerð í Abruzzo, nutum við steikt svínakjöts eldað utandyra í viðarofni. Hýðið var stökkt og gyllt og svínakjötið borið fram með sítrónu í munni og krans af rósmaríngreinum um hálsinn.

Í Friuli-Venezia Giulia borðuðum við á Ristorante Blasuti, þar sem eigandinn sagði okkur allt um árlega Mayalata hans. Eldsvínum sumars og hausts er slátrað og daglangur hátíð í kjölfarið. Viðburðurinn fer fram í janúar þegar kalt er í veðri og því minni líkur á mengun. Hvert stykki af svínakjöti er neytt. Reyndar þróaðist margt af dýrindis áleggi Ítalíu, þar á meðal skinka, pancetta, salami og bologna, til að varðveita kjöt og njóta hvers kyns afganga.

Þegar fólk spyr mig hvers vegna ítalskur matur bragðist svona mikið af sama matnum sem er framleiddur hér, hugsa ég alltaf um svínakjöt, til dæmis. Á Ítalíu er kjötið safaríkt og ljúffengt vegna þess að það er feitt, en í Bandaríkjunum var svínakjöt ræktað til að vera mjög, mjög fitusnautt. Vegna minnkaðs fituinnihalds þjáist kjötið einnig af bragðskorti og verður mjög erfitt að elda það án þess að vera þurrt og seigt.

Á Ítalíu er lambakjöt enn árstíðabundinn réttur, naut þess á vorin þegar lömbin eru mjög ung og kjötið einstaklega meyrt. Ítalir tengja lambakjöt við lok vetrar og endurfæðingu og endurnýjun við páskana. Það er mikilvægur hluti af því að halda upp á hátíðirnar.

Mest af lambakjöti á Ítalíu er ræktað í mið- og suðurhéruðum, því landið þar er fjöllótt og grýtt, hentar betur fyrir sauðfé en nautgripi. Ef þú heimsækir Toskana, Umbria, Abruzzo og Marche muntu sjá sauðfjárhópa á beit í hlíðunum. Úr fjarlægð líta þeir út eins og dúnkenndar hvítar bómullarkúlur á víð og dreif á grasflötinni. Á haustin eru sauðfé flutt til suðurs og Puglia. Þeir snúa aftur til Mið-Ítalíu á vorin fyrir árlega helgihald sem kallast trasumanza. Þannig geta dýrin nærst á náttúrulegum jurtum og grösum sem vaxa á þessum slóðum á mismunandi tímum ársins.

Margar af þessum kindum eru ræktaðar fyrir mjólk og margs konar kindamjólkurostar eru framleiddir í mið- og suðurhluta Ítalíu. Geitur eru ræktaðar fyrir bæði mjólk og kjöt og það eru margar uppskriftir sem kalla á geitur. Lambakjöt og geitakjöt eru mjög lík í bragði og áferð og bæði má nota í þessar uppskriftir.

Kanína er vinsælt kjöt á Ítalíu og þú getur fundið uppskriftir af því á öllum svæðum. Ég myndi segja að hann væri vinsælli en kjúklingur og örugglega betri. Kanínukjöt er milt á bragðið og hentar vel í marga mismunandi undirbúning.

Gæði matvörubúðakjöts eru mjög mismunandi. Oft er aðeins takmarkað úrval af kjöti. Reyndu að finna reyndan slátrara sem mun skera kjötið að þínum forskriftum og ráðleggja réttu niðurskurði fyrir þinn tilgang.

Þegar þú færð kjötið heim skaltu setja það í kæliskáp og elda það, helst innan 24-48 klukkustunda. Til lengri geymslu skaltu pakka kjötinu vel inn og setja í kæli. Þíða frosið kjöt yfir nótt í kæli.

Þvoið og þurrkið kjötið með pappírsþurrku áður en það er eldað. Raki á yfirborði kjötsins kemur í veg fyrir brúnun og myndar gufu sem getur harðnað kjötið.

Grilluð steik, Flórens stíl

Bistecca Fiorentina

Gerir 6 til 8 skammta

Besta gæða ítalska nautakjötið kemur frá stórri hreinhvítu kyni sem kallast Chianina. Þessi tegund er nefnd eftir Chiana-dalnum í Toskana og er talin vera ein af elstu nautgripategundum. Upphaflega voru þau talin aðlaðandi dýr og voru ræktuð til að vera mjög stór og þæg. Þar sem vélar hafa tekið við starfi þeirra á nútíma bújörðum eru Chianina nautgripir nú aldir upp fyrir gæðakjöt.

Porterhouse steikur, þverskurður af stuttum sirloin og T-bone sirloin, eru skornar úr Chianina nautakjöti og eldaðar á þennan hátt í Toskana. Þó Chianina nautakjöt sé ekki fáanlegt í Bandaríkjunum er samt hægt að gera dýrindis steikur með þessari uppskrift. Kauptu besta gæða kjötið.

2 porterhouse steikur, 1 1/2 tommu þykkar (um 2 pund hvor)

Salt og nýmalaður svartur pipar

Extra virgin ólífuolía

sítrónu sneiðar

1. Settu grillið eða grillið um 4 tommur frá hitagjafanum. Hitið grillið eða grillið.

tveir. Stráið salti og pipar yfir steikurnar. Sjóðið eða sjóðið kjötið í 4-5 mínútur. Snúið kjötinu við með töng og eldið í um það bil 4 mínútur í viðbót fyrir sjaldgæft eða 5 til 6 mínútur fyrir miðlungs, allt eftir þykkt steikarinnar. Skerið lítið skurð í þykkasta hlutann til að athuga hvort það sé tilbúið. Til að elda lengur skaltu færa steikurnar á kaldari hluta grillsins.

3. Látið steikurnar hvíla í 5 mínútur áður en þær eru skornar í sneiðar. Stráið meira salti og pipar yfir. Sprautaðu með olíu. Berið fram heitt með sítrónubátum.

Balsamic gljáð steik

Bistecca al Balsamico

Gerir 6 skammta

Beinlaus beinlaus steik bragðast frábærlega þegar hún er penslað með balsamikediki og ólífuolíu áður en hún er grilluð eða steikt. Balsamic edik inniheldur náttúrulega sykur; Þess vegna, þegar þú burstar kjöt áður en það er grillað, steikt eða steikt, hjálpar það til við að mynda fallega brúna skorpu sem lokar safanum inn og gefur mildu bragði. Notaðu besta balsamik edikið sem völ er á.

2 matskeiðar extra virgin ólífuolía, auk meira til að drekka

2 matskeiðar af balsamik ediki

1 hvítlauksgeiri, smátt saxaður

1 flanksteik, um 1 1/2 pund

Salt og nýmalaður svartur pipar

1. Blandið olíu, ediki og hvítlauk saman í grunnt fat sem heldur steikinni. Bætið steikinni út í, snúið við til að hjúpa með marineringunni. Lokið og kælið í allt að 1 klukkustund, snúið steikinni af og til.

tveir. Settu grillið eða grillið um 4 tommur frá hitagjafanum. Hitið grillið eða grillið. Fjarlægðu steikina úr marineringunni og þurrkaðu hana. Steikið eða steikið steikina í 3-4 mínútur. Snúið kjötinu við með töng og eldið í um það bil 3 mínútur í viðbót fyrir rare eða 4 mínútur fyrir miðlungs, allt eftir þykkt steikarinnar. Skerið lítið skurð í þykkasta hlutann til að athuga hvort það sé tilbúið. Til að elda lengur skaltu færa steikina á svalari hluta grillsins.

3. Kryddið steikina með salti og pipar. Látið hvíla í 5 mínútur áður en kjötið er skorið þunnt yfir kornið. Dreypið smá extra virgin ólífuolíu ofan á.

Rjómasteik með lauk, pancetta og rauðvíni

Bistecca al Vino Rosso

Gerir 4 skammta

Mjúkar skorpusteikurnar eru bragðbættar með pancetta, graslauk og rauðvíni.

2 matskeiðar af ósaltuðu smjöri

1 þykk sneið pancetta (um 1 aura), þunnt sneið

2 beinlausar roðlausar steikur, um 1 tommu þykkar

Salt og nýmalaður svartur pipar

1 4/4 bolli saxaðar kjúklingabaunir

1/2 bolli þurrt rauðvín

1/2 bolli heimabakað Súpa eða búðarsósa

2 matskeiðar af balsamik ediki

1. Forhitið ofninn í 200°F. Bræðið 1 msk smjör í stórri pönnu við meðalhita. Bætið pancettunni út í. Eldið þar til pancettan er

gullinbrún, um það bil 5 mínútur. Fjarlægðu pancetta með skeið og fargið fitunni.

tveir.Þurrkaðu steikurnar. Bræðið afganginn af matskeiðinni af smjöri í sömu pönnu við meðalhita. Þegar smjörið hefur minnkað, setjið steikurnar á pönnuna og eldið þar til þær eru vel brúnaðar, 4 til 5 mínútur. Stráið salti og pipar yfir. Snúðu kjötinu með töng og eldið í 4 mínútur á hinni hliðinni fyrir sjaldgæft, eða 5 til 6 mínútur fyrir miðlungs. Skerið lítið skurð í þykkasta hlutann til að athuga hvort það sé tilbúið. Setjið steikurnar á eldfast mót og haldið heitum í ofni.

3.Bætið skalottlaukunum á pönnuna og eldið, hrærið í, í 1 mínútu. Bætið víninu, soðinu og balsamikediki út í. Látið suðuna koma upp og eldið þar til soðið er orðið þykkt og sírópskennt, um það bil 3 mínútur.

4.Hrærið pancettu út í pönnusafana. Hellið sósunni yfir steikurnar og berið fram strax.

Sneidd steik með rucola

Straccetti di Manzo

Gerir 4 skammta

Straccetti þýðir "litlar tuskur," sem þessar mjóu ræmur af kjöti líkjast. Áður en þessi réttur er útbúinn skaltu setja kjötið í kæli þar til það er nógu stíft til að hægt sé að sneiða það þunnt. Undirbúið allt hráefnið en undirbúið salatið rétt áður en kjötið er eldað.

2 búntir af rucola

4 matskeiðar extra virgin ólífuolía

1 matskeið balsamik edik

1 matskeið af söxuðum kjúklingabaunum

Salt og nýmalaður svartur pipar

1 1/4 kílóa beinlaus siról eða önnur mjúk steik

1 tsk saxað ferskt rósmarín

1. Skerið rucola, fjarlægið stilka og marin lauf. Þvoið með nokkrum breytingum af köldu vatni. Þeir þorna mjög vel. Skerið rucola í litla bita.

tveir. Blandaðu saman 2 matskeiðar ólífuolíu, ediki, graslauk og salti og pipar í stóra skál eftir smekk.

3. Skerið steikina þversum í mjög þunnar sneiðar með beittum hníf. Hitið stóra, þunga pönnu yfir meðalhita. Þegar það er heitt skaltu bæta við hinum 2 matskeiðum af olíu. Setjið kjötsneiðarnar á pönnuna í einu lagi, í lotum ef þarf, og eldið þar til þær eru brúnar, um það bil 2 mínútur. Snúið kjötinu við með töng og stráið salti og pipar yfir. Eldið þar til það er léttbrúnað, um 1 mínútu.

4. Blandið rukkúlunni saman við sósuna og setjið á disk. Raðið kjötsneiðunum ofan á rúlluna og stráið rósmarín yfir. Berið fram strax.

Flakasteik með Gorgonzola

Filetto di Manzo al Gorgonzola

Gerir 4 skammta

Flökin eru bragðgóð á bragðið en þessi íburðarmikla sósa gefur þeim mikinn karakter. Láttu slátrarann skera steikurnar ekki meira en 1 1/4 tommu þykkar til að auðvelda eldun, og bindið hverja steik með eldhúsgarni til að halda lögun sinni. Gakktu úr skugga um að þú mælir og stillir öllu hráefninu upp áður en þú byrjar að elda því það gengur mjög hratt.

4 filet mignon steikur, um 1 tommu þykkar

Extra virgin ólífuolía

Salt og nýmalaður svartur pipar

3 matskeiðar af ósaltuðu smjöri

1 lítill laukur, smátt saxaður

1/4 bolli þurrt hvítvín

1 matskeið Dijon sinnep

Um 4 aura gorgonzola ostur, börkur fjarlægður og skorinn í bita

1. Nuddið steikurnar með olíu og stráið salti og pipar yfir. Lokið og kælið. Takið steikurnar úr kæliskápnum um 1 klukkustund fyrir eldun.

tveir. Forhitið ofninn í 200°F. Bræðið 2 matskeiðar af smjöri í stórri pönnu við meðalhita. Þegar smjörfroðan hefur minnkað skaltu klappa steikunum þurrar. Setjið þær á pönnuna og eldið þar til þær eru vel brúnaðar, 4 til 5 mínútur. Snúið kjötinu með töng og eldið á hinni hliðinni, 4 mínútur fyrir sjaldgæfa eða 5 til 6 mínútur fyrir sjaldgæfa. Skerið lítið skurð í þykkasta hlutann til að athuga hvort það sé tilbúið. Setjið steikurnar á eldfast mót og haldið heitum í ofni.

3. Bætið lauknum á pönnuna og eldið, hrærið í, í 1 mínútu. Bætið víninu og sinnepi við. Lækkið hitann og bætið gorgonzola saman við. Hrærið vökva sem hefur safnast saman í kringum steikurnar út í. Takið af hitanum og hrærið 1 msk smjöri sem eftir er saman við.

4. Smyrjið sósunni á steikurnar og berið fram.

Kjötrúllur fylltar með tómatsósu

Braciole al Pomodoro

Gerir 4 skammta

Þunnar, kringlóttar sneiðar af nautakjöti eru fullkomnar fyrir braciole - venjulega áberandi bra-zholl - bragðmikið, hægt eldað uppáhalds. Leitaðu að stórum kjötsneiðum sem eru ekki með mikið af bandvef svo þeir haldi lögun sinni vel.

Braciole má elda sem skammtNapólískt ragút. Sumir kokkar fylla brasilískan með harðsoðnu eggi á meðan aðrir bæta rúsínum og furuhnetum við aðalfyllinguna.

4 þunnar kringlóttar sneiðar af beinlausu nautakjöti, um 1 pund

3 hvítlauksgeirar, smátt saxaðir

2 matskeiðar rifinn Pecorino Romano ostur

2 matskeiðar af saxaðri ferskri steinselju

Salt og nýmalaður svartur pipar

2 matskeiðar af ólífuolíu

1 bolli þurrt rauðvín

2 bollar niðursoðnir innfluttir ítalskir tómatar með safa, fluttir í gegnum matvælaverksmiðju

4 fersk basilíkublöð, skorin í litla bita

1. Settu kjötið á milli 2 stykki af plastfilmu og sláðu varlega með sléttu hliðinni á kjötkvörn eða gúmmíhamri þar til það er 1/8 tommu þykkt. Fargið plasthlífinni.

tveir. Setjið 1 geira af söxuðum hvítlauk til hliðar fyrir sósuna. Stráið kjötinu af hvítlauknum, ostinum, steinseljunni og salti og pipar eftir smekk. Rúllaðu hverjum bita eins og pylsu og bindðu eins og litla steik með bómullar eldhúsgarni.

3. Hitið olíuna á stórri pönnu. Bætið brokkolíinu út í. Eldið, snúið öðru hverju, þar til það er brúnt á öllum hliðum, um það bil 10 mínútur. Dreifið restinni af hvítlauknum utan um kjötið og eldið í 1 mínútu. Bætið víninu út í og látið sjóða í 2 mínútur. Bætið tómötunum og basilíkunni út í.

4. Lokið og eldið við vægan hita, snúið kjötinu öðru hverju, þar til það er meyrt, um það bil 2 klukkustundir. Bætið við smá vatni ef sósan er of þykk. Berið fram heitt.

kjöt og bjór

Carbonata di Bue

Gerir 6 skammta

Nautakjöt, bjór og laukur eru sigursamsetning í þessum Alto Adige plokkfiski. Það er svipað og franskar nautakjötskótilettur handan landamæranna.

Beinlaus nautalund er góður kostur í plokkfisk. Það hefur nægilega marmara til að haldast rakt jafnvel við langa eldun.

4 matskeiðar af ósöltuðu smjöri

2 matskeiðar af ólífuolíu

3 meðalstórir laukar (um 1 pund), þunnar sneiðar

3 punda beinlaus nautakjöt, skorin í 1 1/2 tommu bita

1/2 bolli alhliða hveiti

12 aura af bjór, hvaða tegund sem er

2 bollar skrældir, fræhreinsaðir og saxaðir ferskir tómatar eða niðursoðinn tómatmauk

Salt og nýmalaður svartur pipar

1. Bræðið 2 msk smjör með 1 msk olíu á stórri pönnu við miðlungs lágan hita. Bætið lauknum út í og eldið, hrærið oft, þar til laukurinn er léttbrúnn, um það bil 20 mínútur.

tveir. Í stórum hollenskum ofni eða annarri þungri, djúpri pönnu með þéttu loki, bræðið afganginn af smjörinu með olíunni við miðlungshita. Húðaðu helminginn af kjötinu með hveiti og hristu afganginn af. Steikið bitana vel á öllum hliðum, um 10 mínútur. Setjið kjötið á disk. Endurtaktu með kjötinu sem eftir er.

3. Hellið fitunni af pönnunni. Bætið bjórnum út í og látið suðuna koma upp, skafið botninn á pönnunni til að blanda steiktu bitunum saman við bjórinn. Eldið í 1 mínútu.

4. Settu grindina í miðju ofnsins. Forhitið ofninn í 375°F. Setjið allt kjötið aftur í pottinn. Bætið við lauk, tómötum og salti og pipar eftir smekk. Látið safann sjóða.

5. Lokið pönnunni með loki og setjið í ofninn, hrærið í af og til, í 2 klukkustundir eða þar til kjötið er meyrt þegar það er stungið í það með hníf. Berið fram heitt.

Nautakjöt og laukur

Karbónöt

Gerir 6 skammta

Í Trentino-Alto Adige er hann gerður úr plokkfiski með svipuðu nafni og sá fyrri, með rauðvíni og kryddi. Nautakjöti er stundum skipt út fyrir dádýr eða annað villibráð. Mjúk, smjörkennd polenta er klassísk viðbót við þennan plokkfisk en ég elska hana líka ein og sér<u>blómkálsmauk</u>.

3 matskeiðar af ósaltuðu smjöri

3 matskeiðar af ólífuolíu

2 meðalstórir laukar, skornir í fjórða og þunnar sneiðar

1/2 bolli alhliða hveiti

3 pund beinlaus nautakjöt, skorin í 2 tommu bita

1 bolli þurrt rauðvín

1 8/8 tsk malaður kanill

1 8/8 tsk malaður negull

1 8/8 skeið af möluðu múskati

1 bolli seyði

Salt og nýmalaður svartur pipar

1. Bræðið 1 msk smjör með 1 msk olíu á stórri pönnu yfir miðlungs lágum hita. Bætið lauknum út í og eldið, hrærið af og til, þar til hann er mjög mjúkur, um það bil 15 mínútur.

tveir. Í stórum hollenskum ofni eða annarri þungri, djúpri pönnu með þéttu loki, bræðið afganginn af smjörinu með olíunni við miðlungshita. Dreifið hveitinu á bökunarpappírsplötu. Húðaðu kjötið með hveiti, hristu afganginn af. Bætið nógu mörgum bitum á pönnuna til að passa vel án þess að þrengist. Þegar kjötið er steikt er það sett yfir á disk og restin af kjötinu steikt á sama hátt.

3. Þegar allt kjötið er brúnað og tekið úr, bætið víninu á pönnuna og látið suðuna koma upp, skafið botninn á pönnunni til að blanda brúnuðu bitunum saman við vínið. Sjóðið í 1 mínútu.

4. Setjið kjötið aftur á pönnuna. Bætið lauknum, kryddinu og soðinu út í. Kryddið með salti og pipar. Látið suðuna koma upp og setjið lok á pönnuna. Eldið, hrærið af og til, í 3 klukkustundir eða þar til kjötið er mjög meyrt þegar það er stungið í það með gaffli. Bætið við smá vatni ef vökvinn verður of þykkur. Berið fram heitt.

Kryddaður nautapottréttur

peposo

Gerir 6 skammta

Í Toskana er þetta kryddaða plokkfiskur gert með nautakjöti eða kálfakjöti en ég vil helst nota beinlaust kálfakjöt. Samkvæmt Giovanni Righi Parenti, höfundi La Grande Cucina Toscana, vistuðu matreiðslumenn piparkorn úr salamisneiðum þar til chili var of dýrt fyrir löngu til að búa til peposo.

Vinur minn Marco Bartolini Baldelli, eigandi Fattoria di Bagnolo víngerðarinnar, sagði mér að þessi plokkfiskur væri í uppáhaldi hjá Toskana leirkerasmiðum í Impruneta, sem bökuðu það í ofnum sínum. Flaska af Fattoria di Bagnolo Chianti Colli Fiorentini Riservat væri hið fullkomna meðlæti.

2 matskeiðar af ólífuolíu

3 pund nautakjöt, skorið í 2 tommu bita

Salt og nýmalaður svartur pipar

2 hvítlauksgeirar, smátt saxaðir

2 glös af þurru rauðvíni

1 1/2 bolli skrældir, fræhreinsaðir og saxaðir tómatar

1 tsk nýmalaður svartur pipar eða eftir smekk

1. Hitið olíuna í stórum hollenskum ofni eða annarri þungri, djúpri pönnu með þéttu loki yfir miðlungshita. Þurrkaðu kjötið og steiktu það á öllum hliðum, í lotum, án þess að fylla pönnuna, í um það bil 10 mínútur í hverri lotu. Stráið salti og pipar yfir. Setjið kjötið á disk.

tveir. Bætið hvítlauknum við fituna á pönnunni. Bætið rauðvíni, salti og pipar eftir smekk og tómötum. Látið suðuna koma upp og setjið kjötið aftur á pönnuna. Bætið við nógu köldu vatni til að hylja kjötið. Lokið pottinum. Lækkið hitann og eldið í 2 klukkustundir, hrærið af og til.

3. Bætið víninu út í og eldið í 1 klukkustund í viðbót eða þar til kjötið er mjög meyrt þegar það er stungið í það með gaffli. Smakkið til og stillið krydd. Berið fram heitt.

Friuli nautakjöt

Í Manzo Squazet

Gerir 6 skammta

Kjúklingur, nautakjöt og önd eru aðeins nokkrar af mismunandi kjöttegundum sem eru soðnar í squazete, sem þýðir "eldað" á Friuli-Venezia Giulia mállýsku.

1/2 bolli þurrkaðir sveppir

1 glas af volgu vatni

1/4 bolli ólífuolía

3 pund nautakjöt, skorið í 2 tommu bita

2 stórir laukar, smátt saxaðir

2 skeiðar af tómatmauki

1 bolli þurrt rauðvín

2 lárviðarlauf

Klípa af möluðum negul

Salt og nýmalaður svartur pipar

2 heimagerð glös Súpa eða búðarsósa

1. Leggið sveppina í bleyti í vatni í 30 mínútur. Fjarlægðu sveppina og geymdu vökvann. Þvoið sveppina undir köldu rennandi vatni til að fjarlægja sand, fylgstu sérstaklega með endum stilkanna þar sem óhreinindi safnast saman. Saxið sveppina smátt. Sigtið sveppasafann í gegnum kaffisíu úr pappír í skál.

tveir. Hitið olíuna á stórri pönnu yfir meðalhita. Þurrkaðu þurrkað kjöt. Bætið kjötinu út í og steikið vel á öllum hliðum, um 10 mínútur, flytjið bitana yfir á disk á meðan þeir eru steiktir.

3. Bætið lauknum á pönnuna og eldið þar til hann er mjúkur, um það bil 5 mínútur. Hrærið tómatmaukinu saman við. Bætið víninu út í og látið suðuna koma upp.

4. Setjið kjötið aftur á pönnuna. Bætið við sveppunum og safa þeirra, lárviðarlaufum, negul og salti og pipar eftir smekk. Bætið vökvanum við. Lokið og eldið, hrærið af og til, þar til kjötið er meyrt og vökvinn minnkar, 2 1/2 til 3 klst. Ef það er

of mikill vökvi skaltu taka lokið af pönnunni síðustu 30 mínúturnar. Fjarlægðu lárviðarlaufin. Berið fram heitt.

Blandaður nautapottréttur, Hunter Style

Scottiglia

Gerir 8 til 10 skammta

Í Toskana, þegar kjöt var af skornum skammti, komu mismunandi veiðimenn saman og gáfu litla bita af hverju kjöti til að búa til þennan vandaða plokkfisk. Allt frá nautakjöti, kjúklingi, lambakjöti eða svínakjöti til fasana, kanína eða perluhæns má bæta við eða skipta út. Því meira sem úrvalið af kjöti er, því ríkari er plokkfiskurinn.

¼ bolli ólífuolía

1 kjúklingur skorinn í 8 bita

1 pund beinlaus nautakjöt, skorið í 2 tommu bita

1 pund lambaöxl, skorin í 2 tommu bita

1 pund svínakjöt, skorið í 2 tommu bita

1 stór rauðlaukur, smátt saxaður

2 mjúkir sellerístilkar, saxaðir

2 stórar gulrætur, smátt saxaðar

2 hvítlauksgeirar, smátt saxaðir

1 bolli þurrt rauðvín

salt

1/2 tsk mulin rauð paprika

2 bollar saxaðir tómatar, ferskir eða niðursoðnir

1 matskeið ferskt saxað rósmarín

2 heimagerð glösKjúklingasúpa,Súpa, eða keyptur kjúklinga- eða nautakraftur

skraut, skraut, skraut

8 sneiðar af ítölsku eða frönsku brauði

2 stór hvítlauksrif, afhýdd

1. Hitið olíuna yfir miðlungshita í hollenskum ofni sem er nógu stór til að geyma öll hráefnin eða aðra þunga, djúpa pönnu með þéttu loki. Þurrkaðu kjötið. Bættu aðeins við nógu mörgum bitum til að passa í eitt lag. Skerið bitana vel á öllum

hliðum, um það bil 10 mínútur í hverri lotu, og takið síðan á disk. Haldið áfram þar til allt kjötið er brúnt.

tveir.Bætið lauknum, selleríinu, gulrótinni og hvítlauknum á pönnuna. Eldið, hrærið stöðugt, þar til það er mjúkt, um það bil 10 mínútur.

3.Setjið kjötið aftur á pönnuna og bætið við víni, salti eftir smekk og söxuðum rauðum pipar. Látið safann sjóða. Bætið tómötunum, rósmaríninu og soðinu út í. Lækkið hitann þannig að vökvinn freyði varla. Eldið, hrærið af og til, þar til allt kjötið er meyrt, um 90 mínútur. (Ef sósan er of þurr, bætið þá við smá vatni.)

4.Ristið brauðsneiðarnar og nuddið þær með afhýddum hvítlauk. Dreifið kjötinu og sósunni á stóran disk. Raðið brauðsneiðunum í kring. Berið fram heitt.

Nautagúlasj

Goulash di Manzo

Gerir 8 skammta

Norðurhluti Trentino-Alto Adige var einu sinni hluti af Austurríki; eftir fyrri heimsstyrjöldina var það innlimað af Ítalíu. Fyrir vikið er maturinn austurrískur en þó með ítölskum hreim.

Þurrkuð krydd eins og paprika eru aðeins góð í sex mánuði eftir að ílátið er opnað. Eftir það hverfur bragðið. Þegar þú býrð til þessa samsuða er það þess virði að kaupa nýja dós. Vertu viss um að nota papriku sem flutt er inn frá Ungverjalandi. Eftir smekk þínum geturðu notað heila papriku eða blöndu af sætu og kryddaðu.

3 matskeiðar svínafeiti, beikondropar eða jurtaolía

2 pund beinlaust nautakjöt, skorið í 2 tommu bita

Salt og nýmalaður svartur pipar

3 stórir laukar, þunnar sneiðar

2 hvítlauksgeirar, saxaðir

2 glös af þurru rauðvíni

1/4 bolli sæt ungversk paprika eða blanda af sætri og sterkri papriku

1 lárviðarlauf

Ræstu 2 tommu af sítrónuberki

1 matskeið tvöfalt þykkt tómatmauk

1 tsk malað kúmen

1/2 msk þurrkuð basil

ferskur sítrónusafi

1. Í stórum hollenskum ofni eða annarri þungri, djúpri pönnu með þéttloku loki, hitið fituna eða dreypurnar yfir meðalhita. Þurrkaðu kjötið og bætið aðeins þeim bitum á pönnuna sem passa vel í einu lagi. Brúnið bitana vel á öllum hliðum, um 10 mínútur í hverri lotu. Setjið kjötið á disk og stráið salti og pipar yfir.

tveir. Bætið lauknum á pönnuna og eldið, hrærið oft, þar til hann er mjúkur og gullinn, um það bil 15 mínútur. Setjið hvítlaukinn út í. Bætið víninu út í og skafið botninn af pönnunni. Setjið kjötið aftur á pönnuna. Látið safann sjóða.

3. Bætið við papriku, lárviðarlaufi, sítrónuberki, tómatmauki, kúmeni og basilíku. Bætið við nægu vatni til að hylja kjötið.

4. Lokið pönnunni og eldið í 2 1/2 til 3 klukkustundir eða þar til kjötið er meyrt. Hrærið sítrónusafanum saman við. Fjarlægðu lárviðarlaufið og sítrónubörkinn. Smakkið til og stillið krydd. Berið fram heitt.

Oxhalapottréttur, rómverskur stíll

Coda alla Vacinara

Gerir 4 til 6 skammta

Þó að það sé lítið kjöt á rófunni er það mjög bragðgott og meyrt þegar það er eldað hægt í rómverskum stíl. Afgangur af sósu er góður í rigatoni eða annað þykkt skorið pasta.

¼ bolli ólífuolía

3 pund uxahali, skorinn í 1½ tommu bita

1 stór laukur, saxaður

2 hvítlauksgeirar, smátt saxaðir

1 bolli þurrt rauðvín

2½ bolli ferskir tómatar, skrældir, fræhreinsaðir og skornir í sneiðar, eða niðursoðnir tómatar, tæmdir og skornir í teninga

¼ teskeið malaður negull

Salt og nýmalaður svartur pipar

2 glös af vatni

6 mjúkir sellerístilkar, saxaðir

1 matskeið saxað hálfsætt súkkulaði

3 matskeiðar af furuhnetum

3 matskeiðar af rúsínum

1.Hitið olíuna í stórum hollenskum ofni eða annarri þungri, djúpri pönnu með þéttu loki. Þurrkaðu uxahalann og bætið aðeins þeim bitum sem passa vel saman í einu lagi á pönnuna. Brúnið bitana vel á öllum hliðum, um 10 mínútur í hverri lotu. Flyttu bitana yfir á disk.

tveir.Bætið lauknum út í og steikið þar til hann er gullinn, hrærið af og til. Bætið hvítlauknum út í og eldið í 1 mínútu í viðbót. Bætið víninu út í, skafið botninn af pönnunni.

3.Setjið uxahalann aftur á pönnuna. Bætið tómötum, negul, salti og pipar eftir smekk og vatni. Lokið pönnunni með loki og látið vökvann sjóða. Lækkið hitann og eldið, hrærið af og til, þar til kjötið er meyrt og dettur af beinum, um það bil 3 klukkustundir.

4. Á meðan skaltu sjóða stóran pott af vatni. Bætið selleríinu út í og eldið í 1 mínútu. Þurrkaðu það vel.

5. Blandið súkkulaðinu á pönnunni saman við búmhalann. Bætið við sellerí, furuhnetum og rúsínum. Látið sjóða. Berið fram heitt.

Roastbeef shank

Garretto al Vino

Gerir 6 skammta

Þykkar beikonsneiðar eru soðnar með grænmeti og rauðvíni í þessum hægeldaða, ríkulega bragðmikla rétti. Meðfylgjandi soðnu grænmeti er maukað með matreiðslusafanum til að búa til dýrindis sósu fyrir kjötið. Berið fram með kartöflum eða polentu eða hellið sósunni yfir.<u>Gnocchi kartöflur</u>.

2 matskeiðar af ósaltuðu smjöri

1 skeið af ólífuolíu

3 sneiðar (1 1/2 tommu þykkar) skinku (um 3 pund), smátt skorin

Salt og nýmalaður svartur pipar

4 gulrætur, rifnar

3 sellerístilkar, saxaðir

1 stór laukur, saxaður

2 glös af þurru rauðvíni

1 lárviðarlauf

1. Bræðið smjörið með olíunni í stórum hollenskum ofni eða annarri þungri, djúpri pönnu með þéttloku loki. Þurrkaðu kjötið og steiktu vel á öllum hliðum, um 10 mínútur. Stráið salti og pipar yfir. Setjið kjötið á disk.

tveir. Bætið grænmetinu út í og eldið, hrærið oft, þar til það er vel brúnt, um það bil 10 mínútur.

3. Bætið víninu út í og eldið, skafið botninn af pönnunni með tréskeið. Sjóðið vínið í 1 mínútu. Setjið kjötið aftur á pönnuna og bætið lárviðarlaufinu út í.

4. Lokið pönnunni með loki og lækkið hitann í lágan. Ef vökvinn gufar of mikið upp skaltu bæta við smá volgu vatni. Steikið í 21/2 til 3 klukkustundir, snúið kjötinu af og til, þar til það er meyrt þegar það er stungið með hníf.

5. Færið kjötið yfir á disk og hyljið til að halda heitu. Fargið lárviðarlaufinu. Setjið grænmetið í matarkvörn eða blandið í blandara. Smakkið til og stillið krydd. Hitið aftur ef þarf. Hellið grænmetissósunni yfir kjötið. Berið fram strax.

Eggaldin fyllt með kjöti

Þroskað eggaldin

Gerir 4 til 6 skammta

Lítil eggaldin, um þrír sentímetrar að lengd, eru fullkomin til að fylla. Þau eru best heit eða við stofuhita.

2½ bolli hvaðaTómatsósa

8 ungar eggaldin

salt

12 oz nautahakk

2 aura hakkað salami eða innflutt ítalsk skinka

1 stórt egg

1 hvítlauksgeiri, smátt saxaður

⅓ bolli þurrt venjulegt brauð

¼ bolli rifinn Pecorino Romano eða Parmigiano-Reggiano

2 matskeiðar af saxaðri ferskri steinselju

Salt og nýmalaður svartur pipar

1. Útbúið tómatsósuna ef þarf. Settu síðan grindina í miðjan ofninn. Forhitið ofninn í 375°F. Smyrjið 12 x 9 x 2 tommu ofnform.

tveir. Látið suðu koma upp í stórum potti af vatni. Skerið toppinn af eggaldinunum og skerið í tvennt eftir endilöngu. Bætið eggaldinunum út í vatnið og saltið eftir smekk. Eldið þar til eggaldinið er mjúkt, 4 til 5 mínútur. Setjið eggaldinin í sigti til að renna af og kólna.

3. Notaðu litla skeið til að ausa holdinu úr hverju eggaldini og skildu eftir 1/4 tommu þykkt hýði. Skerið kjötið í sneiðar og setjið í stóra skál. Settu skeljarnar með andlitið niður á bökunarplötuna.

4. Bætið kjötinu, pylsunni, egginu, hvítlauknum, brauðmylsnunni, ostinum, steinseljunni og salti og pipar eftir smekk við eggaldinsafann. Hellið blöndunni í eggaldinshýðið, sléttið ofan frá og niður. Dreifið tómatsósunni yfir eggaldinin.

5. Bakið þar til fyllingin er soðin, um 20 mínútur. Berið fram heitt eða við stofuhita.

Napólískar kjötbollur

kvoða

Gerir 6 skammta

Mamma var vanur að búa til slatta af þessum kjötbollum einu sinni í viku til að bæta í stóran pott af ragút. Alltaf þegar hann var ekki að leita, tók einhver einn úr pottinum til að borða. Auðvitað vissi hann það, svo hann gerði oft tvöfalt sett.

   3 glös<u>Napólískt ragút</u>EÐA<u>marinara sósu</u>

1 pund af nautahakkspylsu

2 stór egg, þeytt

1 stór hvítlauksgeiri, smátt saxaður

1/2 bolli nýrifinn Pecorino Romano

1/2 bolli venjulegt brauð

2 matskeiðar af fínt saxaðri ferskri flatlaufasteinselju

1 teskeið af salti

Nýmalaður svartur pipar

¼ bolli ólífuolía

1. Ef nauðsyn krefur, útbúið ragút eða sósu. Blandið síðan saman kjöti, eggjum, hvítlauk, osti, brauðraspi, steinselju og salti og pipar í stóra skál eftir smekk. Blandið öllu hráefninu vel saman með höndunum.

tveir. Skolaðu hendurnar í köldu vatni til að koma í veg fyrir að festist, mótaðu síðan blönduna varlega í 2 tommu kúlur. (Ef þú ert að búa til kjötbollur til að nota í lasagna eða bakaðar paprikur skaltu móta kjötið í litlar kúlur á stærð við litla vínber.)

3. Hitið olíuna í stórri, þungri pönnu yfir miðlungshita. Bætið kjötbollunum út í og steikið þar til þær eru vel brúnaðar á öllum hliðum, um 15 mínútur. (Snúið þeim varlega með töng.) Færið kjötbollurnar yfir á disk.

4. Setjið kjötbollurnar í ragu eða tómatsósu. Bakið þar til það er eldað í gegn, um 30 mínútur. Berið fram heitt.

Muffins með furuhnetum og rúsínum

Polpette með Pinol og Uve Secche

Gerir 20 2 tommu kjötbollur

Leyndarmálið við góða kjötbollu eða kjötbollu er að bæta brauði eða brauðrasp í blönduna. Brauðið dregur í sig kjötsafann og varðveitir hann á meðan kjötið er eldað. Til að fá extra stökka útlit eru þessar kjötbollur einnig rúllaðar í þurra brauðmylsnu áður en þær eru bakaðar. Þessa uppskrift fékk ég af vini mínum Kevin Benvenuti, sem á sælkeraveitingastað í Westin, Flórída. Uppskriftin var frá ömmu Karólínu.

Sumir kokkar vilja sleppa steikingarskrefinu og bæta kjötbollunum beint í sósuna. Kjötbollurnar eru mýkri. Ég vil frekar stinnari áferð og betra bragð af steikinni.

   3 glös<u>Napólískt ragút</u>eða einhver önnur<u>Tómatsósa</u>

1 bolli þurrt venjulegt brauð

4 sneiðar ítalskt brauð, skorpan fjarlægð og skorin í litla bita (um 2 bollar)

1/2 bolli mjólk

2 kíló af nautahakk, kálfa- og svínakjöti

4 stór egg, létt þeytt

2 hvítlauksgeirar, smátt saxaðir

2 matskeiðar af fínt saxaðri ferskri flatlaufasteinselju

1/2 bolli rúsínur

1/2 bolli furuhnetur

1/2 bolli rifinn Pecorino Romano eða Parmigiano-Reggiano

1 1/2 tsk af salti

1/4 tsk nýmalaður múskat

Nýmalaður svartur pipar

1/4 bolli ólífuolía

1. Ef nauðsyn krefur, útbúið ragút eða sósu. Setjið brauðmylsnuna í grunna skál. Leggið síðan brauðið í mjólkina í 10 mínútur. Tæmdu brauðið og kreistu umfram vökvann út.

tveir. Blandið saman kjöti, brauði, eggjum, hvítlauk, steinselju, rúsínum, furuhnetum, osti, salti, múskati og pipar í stóra skál eftir smekk. Blandið öllu hráefninu vel saman með höndunum.

3. Þvoðu hendurnar í köldu vatni til að koma í veg fyrir að það festist, mótaðu síðan blönduna varlega í 2 tommu kúlur. Veltið kjötbollunum létt í brauðmylsnuna.

4. Hitið olíuna í stórri, þungri pönnu yfir miðlungshita. Bætið kjötbollunum út í og steikið þar til þær eru vel brúnaðar á öllum hliðum, um 15 mínútur. (Snúið varlega með pincet.)

5. Setjið kjötbollurnar í ragù eða sósuna. Bakið þar til það er eldað í gegn, um 30 mínútur. Berið fram heitt.

Kjötbollur með káli og tómötum

Polpetti Stufato með Cavolo

Gerir 4 skammta

Kjötbollur eru einn af þessum sálarfullnægjandi réttum sem eru útbúnir nánast alls staðar, örugglega á öllum svæðum Ítalíu. Ítalir bera aldrei fram kjötbollur með spaghetti. Þeir halda að þyngd kjötsins myndi vega niður viðkvæma þræði deigsins. Einnig er pasta fyrsti rétturinn og hver kjötbiti er borinn fram sem annar réttur. Í þessari uppskrift frá Friuli-Venezia Giulia eru kjötbollur bornar fram með hægsoðnu káli. Þetta er hollur réttur til að bera fram á köldu kvöldi.

2 hvítlauksgeirar, smátt saxaðir

2 matskeiðar af ólífuolíu

1 lítill kálhaus, saxaður

1 1/2 bolli niðursoðnir heilir tómatar, tæmdir, saxaðir

salt

kjötbollur

1 bolli skorpulaust ítalskt eða franskt brauð

1/2 bolli mjólk

1 pund af nautahakkspylsu

1 stórt egg, þeytt

1/2 bolli nýrifinn Parmigiano-Reggiano

1 stór hvítlauksgeiri, saxaður

2 matskeiðar af saxaðri ferskri steinselju

Salt og nýmalaður svartur pipar

1/4 bolli ólífuolía

1. Steikið hvítlauk í ólífuolíu á stórri pönnu við miðlungshita þar til hann er léttbrúnn, um það bil 2 mínútur. Bætið kálinu út í og blandið vel saman. Bætið tómötum og salti eftir smekk. Lokið og látið malla við vægan hita í 45 mínútur, hrærið af og til.

tveir. Blandið saman brauðinu og mjólkinni í meðalstórri skál. Látið það hvíla í 10 mínútur og kreistið út umframmjólkina.

3. Blandið saman kjöti, brauði, eggi, osti, hvítlauk, steinselju og salti og pipar í stóra skál eftir smekk. Blandið öllu hráefninu vel saman með höndunum.

4. Þvoðu hendurnar í köldu vatni til að koma í veg fyrir að það festist, myndaðu síðan kjötblönduna varlega í 2 tommu kúlur. Hitið olíuna í stórri, þungri pönnu yfir miðlungshita. Steikið kjötbollurnar þar til þær eru gullinbrúnar á öllum hliðum. (Snúið þeim varlega með töng.) Færið kjötbollurnar yfir á disk.

5. Ef of mikill vökvi er í kálpottinum skaltu taka lokið af og elda þar til það hefur minnkað. Bætið kjötbollunum út í og hyljið þær með káli. Bakið í 10 mínútur í viðbót. Berið fram heitt.

Kjötbollur að hætti Bologna

Bolognese polpette

Gerir 6 skammta

Þessi uppskrift er mín aðlögun af rétti frá Trattoria Gigina í Bologna. Þó að það sé eins heimabakað og hvaða kjötbolluuppskrift sem er, þá gera bologna í kjötblöndunni og rjóminn í tómatsósunni það aðeins fágaðra.

klæða sig

1 lítill laukur, smátt saxaður

1 meðalstór gulrót, fínt rifin

1 lítill stöngull af mjúku sellerí, smátt saxað

2 matskeiðar af ólífuolíu

1 1/2 bolli tómatmauk

1/2 bolli sýrður rjómi

Salt og nýmalaður svartur pipar

kjötbollur

1 kíló af magru nautakjöti

8 aura af mortadella

1/2 bolli nýrifinn Parmigiano-Reggiano

2 stór egg, þeytt

1/2 bolli þurrt venjulegt brauð

1 tsk kosher eða sjávarsalt

1/4 teskeið malaður múskat

Nýmalaður svartur pipar

1. Gerðu sósuna: Steikið laukinn, gulrótina og selleríið í ólífuolíu við miðlungshita í stórum potti eða djúpri pönnu þar til þau eru gullin og mjúk, um það bil 10 mínútur. Bætið tómötum, súrsósu og salti og pipar eftir smekk. Látið sjóða.

tveir. Undirbúið kjötbollurnar: Setjið kjötbollurnar í stóra skál. Blandið öllu hráefninu vel saman með höndunum. Þvoðu hendurnar í köldu vatni til að koma í veg fyrir að það festist, mótaðu síðan blönduna varlega í 2 tommu kúlur.

3. Setjið kjötbollurnar í sjóðandi sósuna. Lokið og látið malla, snúið kjötbollunum af og til, þar til þær eru eldaðar í gegn, um 20 mínútur. Berið fram heitt.

Látum það vera í Marsala

Polpette al Marsala

Gerir 4 skammta

Vinur minn Arthur Schwartz, yfirmaður í napólískri matreiðslu, lýsti þessari uppskrift fyrir mér, sem hann segir að sé mjög vinsæl í Napólí.

1 bolli skorpulaust ítalskt brauð, rifið í bita

1 4/4 bolli mjólk

Um 1/2 bolli alhliða hveiti

1 pund af nautahakk

2 stór egg, þeytt

1/2 bolli nýrifinn Parmigiano-Reggiano

1 4/4 bolli saxað beikon

2 matskeiðar af saxaðri ferskri steinselju

Salt og nýmalaður pipar

3 matskeiðar af ósaltuðu smjöri

1/2 bolli þurrt Marsala

1/2 bolli heimabakað Súpa eða búðarsósa

1. Leggið brauðið í mjólk í 10 mínútur í lítilli skál. Kreistið safann. Setjið hveitið í grunna skál.

tveir. Setjið brauð, kjöt, egg, ost, beikon, steinselju og salt og pipar í stóra skál. Blandið öllu hráefninu vel saman með höndunum. Skolaðu hendurnar með köldu vatni til að koma í veg fyrir að festist, mótaðu síðan blönduna varlega í átta 2 tommu kúlur. Veltið kúlunum upp úr hveiti.

3. Bræðið smjörið við meðalhita á pönnu sem er nógu stór til að geyma allar kjötbollurnar. Bætið kjötbollunum út í og eldið, snúið varlega með töng, þar til þær eru vel brúnaðar, um það bil 15 mínútur. Bætið Marsala og soðinu út í. Eldið þar til vökvinn hefur minnkað og kjötbollur eru soðnar í gegn, 4 til 5 mínútur. Berið fram heitt.

Kjötbrauð, í gömlum napólískum stíl

Polpettone í Santa Chiara

Gerir 4 til 6 skammta

Þessi uppskrift kallar á bakstur í ofni, þó að brauðið hafi fyrst verið steikt á pönnu og síðan eldað á pönnu þakið smá víni. Harðsoðin egg í miðjunni skapa nautaáhrif þegar þú skerð brauðið. Þó að þessi uppskrift kalli á heilt kjöt, virkar nautahakk blanda vel.

tveir/3 bolli skorpulaust ítalskt brauð á dag

1/3 bollar af mjólk

1 pund af nautahakk

2 stór egg, þeytt

Salt og nýmalaður svartur pipar

4 aura óreykt skinka, í teningum

1/2 bolli rifinn Pecorino Romano eða provolone ostur

4 matskeiðar af venjulegu brauði

2 soðin egg

1. Settu grindina í miðju ofnsins. Forhitið ofninn í 350°F. Smyrjið 9 tommu fermetra bökunarform.

tveir. Leggið brauðið í bleyti í mjólk í 10 mínútur. Kreistu brauðið til að fjarlægja umfram vökva.

3. Blandið kjötinu, brauðinu, eggjunum og salti og pipar eftir smekk í stórri skál. Bætið við beikoni og osti.

4. Dreifið helmingnum af brauðmylsnunni á bökunarplötuna á stóra bökunarplötu. Dreifðu helmingi kjötblöndunnar á smjörpappírinn í 8 x 4 tommu rétthyrning. Setjið tvö soðin egg langsum í röð í miðjunni. Setjið afganginn af kjötblöndunni ofan á, þrýstið kjötinu saman þannig að það myndast snyrtilegur paté um 20 cm langur. Settu brauðið á tilbúna pönnu. Stráið toppnum og hliðunum með afganginum af molunum.

5. Bakið brauðið í um það bil 1 klukkustund eða þar til innra hitastigið nær 155°F á skyndilesandi hitamæli. Látið kólna í 10 mínútur áður en það er skorið í sneiðar. Berið fram heitt.

Pottsteikt með rauðvíni

Brasato al Barolo

Gerir 6 til 8 skammta

Kokkar í Piemonte elda frábærar kjötsneiðar í Barolo-víni svæðisins, en öll önnur holl þurr rauðvín myndu virka alveg eins vel.

3 matskeiðar af ólífuolíu

1 beinlaus eða kringlótt nautalund (um 3 1/2 pund)

2 aura pancetta, í teningum

1 meðalstór laukur, saxaður

2 hvítlauksgeirar, smátt saxaðir

1 bolli þurrt rauðvín, eins og Barolo

2 bollar skrældir, fræhreinsaðir og saxaðir tómatar

2 heimagerð glös <u>Súpa</u> eða búðarsósa

2 gulrætur, sneiddar

1 sellerístilkur, skorinn í sneiðar

2 matskeiðar af saxaðri ferskri steinselju

Salt og nýmalaður svartur pipar

1. Hitið olíuna í stórum hollenskum ofni eða annarri þungri, djúpri pönnu með þéttu loki yfir miðlungshita. Bætið kjötinu út í og steikið vel á öllum hliðum, um 20 mínútur. Stillið eftir smekk með salti og pipar. Flyttu yfir á disk.

tveir. Fjarlægðu allt nema tvær matskeiðar af fitu. Bætið pancettu, lauk og hvítlauk á pönnuna. Eldið, hrærið stöðugt, þar til það er mjúkt, um það bil 10 mínútur. Bætið víninu út í og látið suðuna koma upp.

3. Bætið tómötunum, soðinu, gulrótunum, selleríinu og steinseljunni út í. Lokið pönnunni með loki og látið vökvann sjóða. Sjóðið kjötið, snúið öðru hvoru, í 2 1/2 til 3 klukkustundir, eða þar til það er meyrt þegar það er stungið með gaffli.

4. Setjið kjötið á disk. Lokið og haldið heitu. Ef vökvinn á pönnunni virðist of þunnur skaltu hækka hitann og elda þar til vökvinn hefur minnkað aðeins. Smakkaðu sósuna og stilltu

kryddið. Skerið kjötið í sneiðar og berið fram heitt með sósunni.

Pottsteikt með lauk og pastasósu

La Genovese

Gerir 8 skammta

Helstu innihaldsefni þessarar mjúku steikar eru laukur, gulrætur, beikon og pylsa. Þetta er gömul napólísk uppskrift sem, ólíkt flestum réttum frá svæðinu, notar ekki tómata. Sagnfræðingar útskýra að fyrir öldum hafi sjómenn sem ferðuðust milli hafnanna í Genúa og Napólí flutt þennan rétt heim.

La Genovese var sérgrein ömmu minnar, þar var boðið upp á lauksósu með mafalde, löngum pastaböndum með bylgjuðum brúnum eða löngum fusilli. Sneiðið kjöt var síðan borðað með restinni af sósunni sem annað rétt.

2 matskeiðar af ólífuolíu

1 beinlaus eða kringlótt nautalund (um 3 1/2 pund)

Salt og nýmalaður svartur pipar

6 til 8 miðlungs laukar (um 3 pund), þunnt sneiðar

6 meðalstórar gulrætur, þunnar sneiðar

2 aura Genúapylsa, skorin í þunnar strimla

2 aura innflutt ítalsk skinka, þunnar sneiðar

1 kíló mafalde eða fusilli

Nýrifinn Parmigiano-Reggiano eða Pecorino Romano

1. Settu grindina í miðju ofnsins. Hitið ofninn í 325° F. Hitið olíu í stórum hollenskum ofni eða annarri þungri, djúpri pönnu með þéttloku loki yfir meðalhita. Bætið kjötinu út í og steikið vel á öllum hliðum, um 20 mínútur. Stráið salti og pipar yfir. Þegar kjötið er alveg brúnt er það sett á disk og fitan hellt af pönnunni.

tveir. Hellið 1 bolla af vatni á pönnuna og skafið botninn með tréskeið til að losa steiktu bitana. Bætið lauknum, gulrótinni, pylsunni og beikoninu á pönnuna. Setjið steikina aftur á pönnuna. Lokið og látið suðuna koma upp.

3. Setjið pönnuna í ofninn. Eldið kjötið, snúið öðru hvoru, í 2 1/2 til 3 klukkustundir. eða of mjúkt þegar það er stungið með gaffli.

4. Um 20 mínútum áður en kjötið er tilbúið skaltu koma upp stórum potti af vatni að suðu. Bætið 2 matskeiðum af salti út í og þrýstið síðan varlega á deigið þar til það er alveg þakið vatni. Eldið þar til al dente, bara mjúkt en stíft.

5. Þegar það er tilbúið skaltu flytja kjötið á disk. Lokið og haldið heitu. Leyfið sósunni að kólna aðeins. Maukið innihald pottsins með því að fara í gegnum matarmylla eða blanda því í matvinnsluvél eða blandara. Smakkið til og stillið krydd. Setjið sósuna aftur á pönnuna með kjötinu. Hitið varlega.

6. Hellið smá af sósunni yfir pastað. Stráið ostinum ofan á. Hitið aftur sósu og kjöt ef þarf. Skerið kjötið í sneiðar og berið fram sem annað rétt með restinni af sósunni.

Kjötbollur með sikileyskri fyllingu

farsi

Gerir 6 skammta

Farsumagru, á sikileyskri mállýsku, eða falsemagro, á venjulegu ítölsku, þýðir "falskur þunnur". Nafnið vísar líklega til ríkulegrar fyllingar sem er vafin inn í þunna kjötsneið. Það eru til mörg afbrigði af þessum rétti. Sumir kokkar nota sneið af nautakjöti í stað kjöts fyrir ytri rúlluna og nautakjöt eða kálfakjöt í fyllinguna í stað svínapylsu. Stundum er notað beikon, salami eða pancetta í stað skinku. Aðrir kokkar bæta grænmeti eins og kartöflum eða ertum við sjóðandi sósuna.

Erfiðast við þessa uppskrift er að fá kjötsneið um það bil 8 x 6 x 1/2 tommu sem hægt er að sneiða 1/4 tommu á þykkt. Biddu slátrarann þinn að skera það fyrir þig.

12 oz venjuleg ítalsk svínapylsa, hlíf fjarlægð

1 hrært egg

1/2 bolli nýrifinn Pecorino Romano

1/4 bolli þurr brauðrasp

2 matskeiðar af saxaðri ferskri steinselju

1 hvítlauksgeiri, smátt saxaður

Salt og nýmalaður svartur pipar

1 pund beinlaust nautakjöt kringlótt steik 1/2 tommu þykk

2 aura innflutt ítalsk skinka, þunnar sneiðar

2 soðin egg, afhýdd

3 matskeiðar af ólífuolíu

1 fínt saxaður laukur

1/2 bolli þurrt hvítvín

1 (28 oz) dós muldir tómatar

1 glas af vatni

1. Blandið svínakjöti, eggi, osti, brauðmylsnu, steinselju, hvítlauk og salti og pipar eftir smekk í stórri skál.

tveir. Leggið stórt stykki á flatt yfirborð með plastfilmu og leggið kjötið ofan á. Leggið aðra plastfilmu ofan á kjötið og klappið varlega til að kjötið verði um 1/4 tommu þykkt.

3. Fargið efstu plastplötunni. Raðið skinkusneiðunum ofan á kjötið. Dreifið kjötblöndunni yfir beikonið og skilið eftir 1/2 tommu kant í kringum það. Setjið harðsoðnu eggin í röð á langhlið kjötsins. Brjótið kjötið eftir endilöngu yfir eggin og fyllinguna og rúllið upp eins og svissneskri rúlla með því að nota neðstu álpappírinn. Bindið rúlluna með eldhúsgarni með 1 tommu millibili eins og steik.

4. Hitið olíuna í stórum hollenskum ofni eða annarri þungri, djúpri pönnu með þéttu loki yfir miðlungshita. Bætið kjötbollunum út í og steikið vel á annarri hliðinni, um 10 mínútur. Snúið kjötinu með töng og dreifið lauknum í kring. Steikið kjötið á hinni hliðinni, um 10 mínútur.

5. Bætið víninu út í og látið suðuna koma upp. Bætið söxuðum tómötum og vatni saman við. Setjið lok á pönnuna og eldið kjötið, snúið öðru hverju, í um 1 1/2 klukkustund, eða þar til kjötið er meyrt þegar það er stungið í það með gaffli.

6. Setjið kjötið á disk. Látið kjötið kólna í 10 mínútur. Fjarlægðu strengina og skerðu rúlluna í 1/2 tommu sneiðar. Leggið sneiðarnar á heitan disk. Hitið sósuna ef þarf. Dreifið sósunni yfir kjötið og berið fram.

Bakaður hryggur með ólífusósu

Filet alle Olive

Gerir 8 til 10 skammta

Mjúk steik hentar vel í glæsilegan kvöldverð. Berið fram heitt eða við stofuhita með dýrindis ólífudressingu eða staðgengill<u>Sólþurrkuð tómatsósa</u>. Aldrei elda þetta kjöt meira en sjaldgæft, annars verður það þurrt.

<u>Ólífusósa</u>

3 matskeiðar af ólífuolíu

2 matskeiðar af balsamik ediki

1 teskeið af salti

Nýmalaður svartur pipar

1 filet mignon, snyrt og bundin (um 4 pund)

1 matskeið ferskt saxað rósmarín

1. Ef nauðsyn krefur, undirbúið sósuna. Blandið saman olíu, ediki, salti og muldum pipar. Setjið kjötið í stóra steikarpönnu

og hellið marineringunni yfir, snúið við til að húða kjötið á öllum hliðum. Hyljið pönnuna með álpappír og látið marinerast í 1 klst við stofuhita eða allt að 24 klst í kæli.

tveir. Settu grindina í miðju ofnsins. Forhitið ofninn í 425°F. Eldið kjötið í 30 mínútur eða þar til hitastigið í þykkasta hlutanum nær 125°F, fyrir sjaldgæft, á skyndilesandi hitamæli. Takið steikina úr ofninum á disk.

3.Látið það sitja í 15 mínútur áður en það er mótað. Skerið kjötið í 1/2 tommu sneiðar og berið fram heitt eða við stofuhita með sósunni.

Blandað soðið kjöt

Blandað bollito

Gerir 8 til 10 skammta

Bollito misto, sem þýðir "blandað plokkfiskur," er blanda af kjöti og grænmeti sem er hægt soðið í soðnu soði. Á Norður-Ítalíu er pasta bætt við seyðið til að undirbúa fyrsta réttinn. Kjötið er skorið í sneiðar og borið fram með mismunandi sósum. Blandað Bollito er mjög hátíðlegt og gerir glæsilegan kvöldverð fyrir mannfjöldann.

Hvert svæði hefur sína eigin leið til að gera þetta. Piedmontear krefjast þess að það verði að vera búið til úr sjö kjöttegundum og borið fram með tómat- og chillisósu. Græn sósa er líklega sú hefðbundnasta en í Emilia-Romagna og Langbarðalandi er sinnep - ávöxtur varðveittur í sætu sinnepssírópi. Hægt er að kaupa sinnep á mörgum ítölskum mörkuðum og sælkeraverslunum.

Þótt blandað bollito sé ekki erfitt að útbúa þarf það langan eldunartíma. Talið er að um fjórar klukkustundir séu frá því að ljósið kviknaði. Þegar allt kjötið er soðið má halda því heitu á pönnunni í klukkutíma í viðbót. Það þarf sérstaka pönnu til að *elda Cotechino eða aðra stóra pylsu, þar sem fitan sem losnar úr henni myndi gera vökvann feitan.*

Fyrir utan sósur finnst mér gott að bera fram kjöt með gufusoðnu grænmeti eins og gulrótum, kúrbít og kartöflum.

1 stór þroskaður tómatur, helmingaður og fræhreinsaður

4 greinar af steinselju með stilkum

2 sellerístilkar, gróft saxaðir

2 stórar gulrætur, þunnar sneiðar

1 stór laukur, smátt saxaður

1 hvítlauksgeiri

1 steikt kjöt án beina, um 3 kg

salt

Græn sósa EÐA Rauð paprika og tómatsósa

1 beinlaus öxl af nautakjöti, vafin og bundin, um 3 pund

1 cotechino eða önnur stór hvítlaukspylsa, um 1 pund

1 heill kjúklingur, um 3 1/2 pund

1. Í 5 lítra potti eða tveimur smærri pottum með sömu getu skaltu sameina grænmetið og 3 lítra af vatni. Látið suðu koma upp við meðalhita.

tveir. Bætið kjötinu saman við og 2 tsk af salti. Látið malla í 1 klukkustund eftir að vökvinn hefur náð suðu. Á meðan undirbúið þið sósuna ef þarf.

3. Bætið nautakjöti á pönnu; eftir að vökvinn sýður er hann soðinn í 1 klst. Ef nauðsyn krefur skaltu bæta við meira vatni til að hylja kjötið.

4. Í sérstökum potti, blandaðu cotechino með vatni til að hylja um 1 tommu. Lokið og látið suðuna koma upp. Bakið í 1 klst.

5. Bætið kjúklingnum á pönnuna ásamt nautakjöti og kálfakjöti. Látið suðuna koma upp og eldið kjúklinginn, snúið einu sinni eða tvisvar, í 1 klukkustund eða þar til allt kjötið er meyrt þegar það er stungið í hann með gaffli.

6. Notaðu stóra skeið til að fjarlægja fituna af yfirborði vökvans. Smakkið til og stillið saltið. (Ef súpan er borin fram sem fyrsta rétt, síið þá hluta af vökvanum á pönnuna og látið kjötið hitna

á pönnunni með afganginum af vökvanum. Látið suðuna koma upp og eldið núðlurnar í honum. Berið fram heitt með rifinn Parmigiano Reggiano.)

7. Útbúið stóran heitan rétt. Skerið kjötið í sneiðar og leggið á disk. Hellið smá safa ofan á. Berið sneið kjötið fram strax með uppáhalds sósunum þínum.

bakaður laukur

Cipolle al Forno

Gerir 4 til 8 skammta

Þessir laukar eru mjúkir og sætir þegar þeir eru soðnir; prófaðu þá með roastbeef.

4 meðalstórir hvítir eða rauðlaukar, skrældir

1/2 bolli þurrt venjulegt brauð

1/4 bolli nýrifinn Parmigiano-Reggiano eða Pecorino Romano

2 matskeiðar af ólífuolíu

Salt og nýmalaður svartur pipar

1. Hitið vatn að suðu í meðalstórum potti. Bætið lauknum út í og lækkið hitann þar til vatnið sýður. Bakið í 5 mínútur. Látið laukinn kólna í vatninu á pönnunni. Tæmið laukinn og skerið í tvennt þversum.

tveir. Settu grindina í miðju ofnsins. Hitið ofninn í 350° F. Smyrjið bökunarplötu sem er nógu stór til að halda laukunum í einu lagi. Setjið laukinn á pönnuna, með skera hliðinni upp. Blandið saman brauðmylsnu, osti, ólífuolíu og salti og pipar eftir smekk í lítilli skál. Setjið brauðmylsnuna ofan á laukana.

3. Steikið í 1 klukkustund eða þar til laukurinn er orðinn gullinn og mjúkur þegar hann er stunginn með hníf. Berið fram heitt eða við stofuhita.

Laukur með balsamik ediki

Balsamic laukur

Gerir 6 skammta

Balsamic edik bætir við sætt bragð og lit rauðlauksins. Þær fara vel með svínasteiktu eða svínakótilettum.

6 meðalstórir rauðlaukar

6 matskeiðar af extra virgin ólífuolíu

3 matskeiðar af balsamik ediki

Salt og nýmalaður svartur pipar

1. Settu grindina í miðju ofnsins. Forhitið ofninn í 375°F. Klæðið bökunarplötu með álpappír.

tveir. Þvoið laukinn, en ekki afhýða hann. Setjið laukinn í tilbúna pönnu. Bakið laukinn í 1 klst til 1 1/2 klst þar til hann er mjúkur þegar hann er stunginn með hníf.

3. Skerið rótarendana af lauknum og fjarlægið hýðið. Skerið laukinn í fjórða hluta og setjið í skál. Bætið við olíu, ediki, salti

og pipar eftir smekk og blandið saman. Berið fram heitt eða við stofuhita.

niðursoðinn rauðlaukur

Cipolle Rosse sælgæti

Gerir um 1 lítra

Tropea, á strönd Kalabríu, er þekkt fyrir sætan rauðlauk. Þó rauðlaukur sé kryddari í Bandaríkjunum er hægt að búa til þessa ljúffengu sultu sem við fengum á Locanda di Alia í Castrovillari. Kompotturinn var borinn fram með steiktum sardínum en það passar líka vel með svínakótilettum eða grilluðum kjúkling. Mér líkar það líka sem krydd með beittum osti eins og elduðum pecorino.

Afbrigði af sultunni inniheldur saxaða ferska myntu. Passaðu að nota þykkbotna pönnu og haltu mjög lágum hita til að koma í veg fyrir að laukurinn festist. Bætið við smá vatni ef þær þorna of fljótt.

1 1/4 pund rauðlaukur, mjög smátt saxaður

1 bolli þurrt rauðvín

1 teskeið af salti

2 matskeiðar af ósaltuðu smjöri

1 matskeið balsamik edik

1 eða 2 skeiðar af hunangi

Um 1 matskeið af sykri

1. Í þungum miðlungs potti yfir miðlungshita, blandaðu saman lauknum, rauðvíni og salti. Látið suðuna koma upp og lækkið hitann. Lokið og eldið, hrærið oft, í 1 klukkustund og 15 mínútur, eða þar til laukurinn er mjög mjúkur. Laukur er aðeins gegnsær.

tveir. Bætið við smjöri, balsamikediki og 1 matskeið af hunangi og sykri. Eldið án loks, hrærið stöðugt í, þar til allur vökvinn hefur gufað upp og blandan er mjög þykk.

3. Látið kólna aðeins. Berið fram við stofuhita eða örlítið heitt. Það geymist í ísskáp í allt að mánuð. Til að hita upp aftur skaltu setja confitið í litla skál yfir pönnu með sjóðandi vatni eða hita í örbylgjuofni.

Ristað lauk- og rauðrófusalat

Insalata di Cipolla og Barbabietola

Gerir 6 skammta

Ef þú hefur aldrei fengið þér ferskar rófur á þessu tímabili ættirðu að prófa þær. Þegar þeir eru ungir og mjúkir eru þeir einstaklega sætir og ljúffengir. Kauptu þær á sumrin og haustin þegar þær eru upp á sitt besta. Þegar þau eldast verða þau viðarkennd og bragðlaus.

6 rófur, skornar og rifnar

2 stórir laukar, skrældir

6 matskeiðar af ólífuolíu

2 matskeiðar af rauðvínsediki

Salt og nýmalaður svartur pipar

6 fersk basilíkublöð

1. Settu grindina í miðju ofnsins. Forhitið ofninn í 400°F. Skrúfið rófurnar og pakkið þétt inn í stóra álpappír. Settu pakkann á bökunarplötuna.

tveir. Skerið laukinn í litla bita. Settu þær á bakka og helltu 2 skeiðar af ólífuolíu.

3. Setjið rauðrófupakkann og laukpönnuna hlið við hlið inn í ofn. Steikið í 1 klukkustund eða þar til rófurnar eru orðnar meyrar þegar þær eru stungnar með hníf og laukurinn er gullinbrúnn.

4. Látið rauðrófuna kólna. Fjarlægðu hýðina og skerðu rauðrófuna í sneiðar.

5. Í stórri skál, blandið rauðrófum og lauk með 1/4 bolla af olíu, ediki og salti og pipar eftir smekk. Stráið basilíku yfir og berið fram strax.

Perlulaukur með hunangi og appelsínu

Cipolline Profumate all'Arancia

Gerir 8 skammta

Sætur og súr perlulaukur bragðbættur með hunangi, appelsínu og ediki passa vel með kalkúna- eða hátíðarpotti, steiktu svínakjöti eða sneiðum saló sem forrétt. Hægt er að undirbúa þær fyrirfram, en þær þarf að hita vel upp áður en þær eru bornar fram.

2 kíló af perlulauk

1 nafla appelsína

2 matskeiðar af ósaltuðu smjöri

1 4/4 bolli hunang

1/4 bolli hvítvínsedik

Salt og nýmalaður svartur pipar

1. Látið suðu koma upp í stórum potti af vatni. Bætið lauknum út í og eldið í 3 mínútur. Tæmið og kælið undir rennandi vatni. Skafðu enda rótanna með beittum hníf. Ekki skera endana of

djúpt því þá mun laukurinn rifna við matreiðslu. Fjarlægðu skinnið.

tveir. Afhýðið appelsínuna með því að nota grænmetisskrælara með snúningsblaði. Setjið lengjur af berki saman og skerið í þunnar stangir. Kreistið safann úr appelsínunni. Þeir lögðu það til hliðar.

3. Bræðið smjörið við meðalhita í stórri pönnu. Bætið lauknum út í og steikið í 30 mínútur eða þar til hann er ljósbrúnn, hristið pönnuna af og til til að koma í veg fyrir að festist.

4. Bætið við appelsínusafa, rjóma, hunangi, ediki og salti og pipar eftir smekk. Lækkið hitann og eldið í 10 mínútur, snúið laukunum oft, þar til laukurinn er mjúkur þegar hann er stunginn með hníf og húðaður með sósunni. Látið kólna aðeins. Berið fram heitt.

Ertur með lauk

Ertur með lauk

Gerir 4 skammta

Smá vatni bætt á pönnuna mun hjálpa lauknum að visna og mýkjast án þess að brúnast. Sætleiki lauksins eykur bragðið af baunum.

2 matskeiðar af ólífuolíu

1 meðalstór laukur, smátt saxaður

4 matskeiðar af vatni

2 bollar ferskar baunir eða 1 pakki (10 aura) frosnar baunir

Smá af þurrkuðu oregano

salt

1. Hellið olíunni á meðalstóra pönnu. Bætið lauknum og 2 msk af vatni út í. Eldið, hrærið stöðugt, þar til laukurinn er mjög mjúkur, um það bil 15 mínútur.

tveir. Bætið baunum út í, 2 matskeiðar sem eftir eru af vatni, oregano og salti. Lokið og eldið þar til baunir eru mjúkar, 5 til 10 mínútur.

Ertur með beikoni og kjúklingabaunum

Ertur með skinku

Gerir 4 skammta

Þessar baunir passa vel með lambakótilettum eða lambakjöti.

3 matskeiðar af ósaltuðu smjöri

4 grænir laukar, snyrtir og þunnar sneiðar

2 bollar ferskar baunir eða 1 pakki (10 aura) frosnar baunir

1 tsk af sykri

salt

4 þunnar sneiðar af innfluttri ítölskri skinku, skornar þversum í þunnar strimla

1. Bræðið 2 matskeiðar af smjöri á meðalstórri pönnu. Bætið við grænum lauk og eldið í 1 mínútu.

tveir. Bætið við ertum, sykri og salti eftir smekk. Hrærið 2 matskeiðar af vatni út í og setjið lok á pönnuna. Eldið við lágan hita þar til baunirnar eru mjúkar, 5 til 10 mínútur.

3. Bætið við beikoni og 1 msk smjöri sem eftir er. Eldið í 1 mínútu í viðbót og berið fram heitt.

Sætar baunir með salati og myntu

Ertur undir myntu

Gerir 4 skammta

Jafnvel frosnar baunir bragðast ferskar þegar þær eru lagaðar á þennan hátt. Salatið bætir örlítið marr og myntan gefur björtu, fersku bragði.

2 matskeiðar af ósaltuðu smjöri

1 4/4 bolli laukur, smátt saxaður

2 bollar ferskar baunir eða 1 pakki (10 aura) frosnar baunir

1 bolli rifið salat

12 myntublöð, skorin í bita

Salt og nýmalaður svartur pipar

1. Bræðið smjörið við meðalhita í meðalstórum potti. Bætið lauknum út í og eldið þar til hann er mjúkur og gullinn, um það bil 10 mínútur.

tveir. Bætið við ertum, salati, myntulaufum og salti og pipar eftir smekk. Hrærið 2 matskeiðar af vatni út í og setjið lok á pönnuna. Eldið í 5-10 mínútur eða þar til baunirnar eru orðnar mjúkar. Berið fram heitt.

Páskabautasalat

Insalata di Pasqua

Gerir 4 skammta

Á fimmta áratugnum var Romeo Salta talinn einn besti ítalski veitingastaðurinn í New York. Hann skar sig úr því hann var mjög glæsilegur og bar fram norður-ítalskan mat á þeim tíma þegar flestir þekktu bara veitingastaði í fjölskyldustíl sem framreiðu rétti með suður-rauðri sósu. Eigandinn, Romeo Salta, hafði lært veitingabransann þegar hann var að vinna á lúxus skemmtiferðaskipum, sem á þeim tíma var besti þjálfunarstaður veitingamanna. Þetta salat kom á matseðilinn um páskana þegar mikið var um ferskar baunir. Upprunalega uppskriftin innihélt líka ansjósu þó ég vilji frekar salatið án þeirra. Stundum bæti ég rifnum svissneskum osti eða öðrum osti út í beikonið.

2½ bolli ferskar klofnar baunir eða 1 (10 únsa) pakki frosnar baunir

salt

1 vel soðin eggjarauða

1/4 bolli ólífuolía

1/4 bolli sítrónusafi

Nýmalaður svartur pipar

2 aura sneið innflutt ítalsk skinka, skorin þversum í mjóar ræmur

1. Fyrir ferskar eða frosnar baunir, láttu vatn sjóða í meðalstórum potti. Bætið við ertum og salti eftir smekk. Eldið þar til baunirnar eru aðeins mjúkar, um það bil 3 mínútur. Tæmið baunirnar. Kældu þær undir köldu rennandi vatni. Þurrkaðu baunirnar.

tveir. Myldu eggjarauðuna í skál með gaffli. Blandið saman ólífuolíu, sítrónusafa, salti og pipar eftir smekk. Bætið baunum út í og blandið varlega saman. Bætið beikonstrimlum út í og berið fram strax.

ristaðar paprikur

Ristað Pepperoni

Gerir 8 skammta

Ristað paprika fer vel í salöt, eggjaköku og samlokur. Þeir frjósa líka vel, svo þú getur búið til lotu á sumrin þegar chili er nóg og geymt þá fyrir vetrarmáltíð.

8 stórar rauðar, gular eða grænar paprikur

1. Hyljið bökunarplötuna með álpappír. Settu bökunarplötuna í um 3 tommu fjarlægð frá hitagjafanum. Setjið heila papriku á bökunarplötu. Snúið kjúklingnum við. Grillið paprikuna, snúið henni oft með töng, í um það bil 15 mínútur eða þar til hýðið er heitt í gegn og alveg bráðnað. Setjið paprikuna í skál. Hyljið með álpappír og látið kólna.

tveir. Skerið paprikuna í tvennt, hellið vökvanum í skál. Fjarlægðu húðina og fargaðu fræjum og stilkum.

3. Skerið paprikuna langsum í 1 tommu ræmur og setjið í framreiðslu fat. Hellið safanum yfir paprikuna.

4. Berið fram við stofuhita eða kælið og berið fram kælt. Paprika má geyma í kæli í 3 daga eða í kæli í 3 mánuði.

Ristað piparsalat

Insalata di Peperoni Arrostiti

Gerir 8 skammta

Berið þessar paprikur fram sem hluta af ýmsum antipasti, sem meðlæti með grilluðum túnfiski eða svínakjöti, eða sem antipasti með sneiðum af ferskum mozzarella.

1 uppskrift (8 paprikur)ristaðar paprikur

1/3 bolli extra virgin ólífuolía

4 basilblöð, skorin í bita

2 hvítlauksgeirar, þunnar sneiðar

Salt og nýmalaður svartur pipar

Ef nauðsyn krefur, undirbúið papriku. Blandið paprikunni saman við ólífuolíu, basil, hvítlauk og salti og pipar eftir smekk. Látið hvíla í 1 klukkustund áður en borið er fram.

Ristað paprika með lauk og kryddjurtum

Ristað Pepperoni með lauk

Gerir 4 skammta

Berið þessar paprikur fram heitar eða við stofuhita. Þeir eru líka góðir sem meðlæti fyrir crostini.

1/2 tekjurristaðar paprikur; notaðu rauða eða gula papriku

1 meðalstór laukur, helmingaður og þunnt skorinn

Örlítil mulin rauð paprika

2 matskeiðar af ólífuolíu

salt

1/2 msk þurrkað oregano, mulið

2 matskeiðar af saxaðri ferskri steinselju

1. Ef nauðsyn krefur, eldið paprikuna þar til skref 3. Tæmdu síðan paprikuna og skerðu langsum í 1/2 tommu ræmur.

tveir. Á meðalstórri pönnu, steikið laukinn með muldum rauðum pipar í ólífuolíu við miðlungshita þar til laukurinn er mjúkur og gullinn, um það bil 10 mínútur. Bætið við pipar, oregano og salti eftir smekk. Eldið, hrærið af og til, þar til það er hitað í gegn, um það bil 5 mínútur. Bætið steinseljunni út í og eldið í 1 mínútu í viðbót. Berið fram heitt eða við stofuhita.

Ristað paprika með tómötum

Ofnsteikt pepperoni

Gerir 4 skammta

Í þessari uppskrift frá Abruzzo er paprika bragðbætt með ferskum, ekki of heitum pipar. Það má skipta út fyrir mulinn rauðan pipar eða lítinn þurran pipar. Þessar paprikur fara vel á samloku.

2 stórar rauðar paprikur

2 stórar gular paprikur

1 chilipipar, eins og jalapeño, fræhreinsaður og saxaður

3 matskeiðar af ólífuolíu

salt

2 hvítlauksgeirar, saxaðir

2 meðalstórir tómatar, skrældir, kjarnhreinsaðir og skornir í teninga

1. Settu grindina í miðju ofnsins. Forhitið ofninn í 400°F. Smyrjið stóra bökunarplötu. Setjið paprikuna á skurðbretti. Haltu handfanginu í annarri hendi og settu oddinn á stórum, þungum hníf þvert yfir brún loksins. Beint skorið. Snúðu paprikunni 90° og skerðu beint aftur. Endurtaktu, snúðu og klipptu tvær hliðar sem eftir eru. Fleygðu kjafti, fræjum og stilkum sem eru heilir. Skerið himnurnar og malið fræin.

tveir. Skerið paprikuna langsum í 1 tommu ræmur. Bætið pipar á pönnuna. Bætið olíu og salti eftir smekk og blandið vel saman. Dreifið paprikunni á bökunarplötu.

3. Bakið paprikurnar í 25 mínútur. Bætið hvítlauknum og tómötunum saman við og blandið vel saman. Bakið í 20 mínútur í viðbót eða þar til paprikurnar eru mjúkar þegar þær eru stungnar í gegn með hníf. Berið fram heitt.

Paprika með balsamik ediki

Með pepperoni balsamik

Gerir 6 skammta

Sætleiki balsamikedikisins bætir við sætleika paprikunnar. Berið fram heitt með svína- eða lambakjöti eða kalt við stofuhita með steiktum kjúklingi eða svínakjöti.

6 stórar rauðar paprikur

1/4 bolli ólífuolía

Salt og nýmalaður svartur pipar

2 matskeiðar af balsamik ediki

1. Settu grindina í miðju ofnsins. Forhitið ofninn í 400° F. Settu papriku á skurðbretti. Haltu handfanginu í annarri hendi og settu oddinn á stórum, þungum hníf þvert yfir brún loksins. Beint skorið. Snúðu paprikunni 90° og skerðu beint aftur. Endurtaktu, snúðu og klipptu tvær hliðar sem eftir eru. Fleygðu kjafti, fræjum og stilkum sem eru heilir. Skerið himnurnar og malið fræin.

tveir. Skerið paprikuna í 1 tommu ræmur. Settu þau í stóra grunna skál með olíu og salti og pipar. Skjóta vel. Bakið paprikurnar í 30 mínútur.

3. Hrærið ediki út í. Ristið paprikuna í 20 mínútur í viðbót eða þar til þær eru mjúkar. Berið fram heitt eða við stofuhita.

súrsuðum pipar

Pepperoni Sott'Aceto

Gerir 2 lítra

Litríkar paprikur pakkaðar í ediki eru ljúffengar í samlokur eða álegg. Þær má nota til að búa tilPiparsósa í Molise stíl.

2 stórar rauðar paprikur

2 stórar gular paprikur

salt

2 bollar af hvítvínsediki

2 glös af vatni

Örlítil mulin rauð paprika

1. Setjið paprikuna á skurðbretti. Haltu handfanginu í annarri hendi og settu oddinn á stórum, þungum hníf þvert yfir brún loksins. Beint skorið. Snúðu paprikunni 90° og skerðu beint aftur. Endurtaktu, snúðu og klipptu tvær hliðar sem eftir eru. Fleygðu kjafti, fræjum og stilkum sem eru heilir. Skerið himnurnar og malið fræin. Skerið paprikuna langsum í 1

tommu ræmur. Setjið piparsistilinn á disk og stráið salti yfir. Látið standa í 1 klukkustund til að renna af.

tveir. Blandið saman edikinu, vatni og mulinni rauðri pipar í óvirkum potti. Látið sjóða. takið af hitanum og látið kólna aðeins.

3.Þvoið paprikuna í köldu vatni og þurrkið þær. Pakkaðu paprikunum í 2 dauðhreinsaðar bjórdósir. Hellið kældu blöndunni með ediki og innsiglið. Látið hvíla í 1 viku á köldum, dimmum stað fyrir notkun.

Paprika með möndlum

Pepperoni alle Mandorle

Gerir 4 skammta

Þessa uppskrift fékk ég af gömlum vinkonu móður minnar en fjölskylda hennar var frá Ischia, lítilli eyju í Napólí-flóa. Honum fannst gott að bera það fram í hádeginu með sneiðum af ítölsku brauði steiktar í ólífuolíu þar til þær voru gullinbrúnar.

2 rauðar og 2 gular paprikur

1 hvítlauksrif, smátt mulið

3 matskeiðar af ólífuolíu

2 meðalstórir tómatar, skrældir, kjarnhreinsaðir og skornir í teninga

1/4 bolli af vatni

2 matskeiðar af kapers

4 ansjósuflök, söxuð

4 aura ristaðar möndlur, gróft saxaðar

1. Setjið paprikuna á skurðbretti. Haltu handfanginu í annarri hendi og settu oddinn á stórum, þungum hníf þvert yfir brún loksins. Beint skorið. Snúðu paprikunni 90° og skerðu beint aftur. Endurtaktu, snúðu og klipptu tvær hliðar sem eftir eru. Fleygðu kjafti, fræjum og stilkum sem eru heilir. Skerið himnurnar og malið fræin.

tveir. Steikið hvítlaukinn á stórri pönnu við meðalhita í ólífuolíu, þrýstið hvítlauknum einu sinni eða tvisvar með bakinu á skeið. Þegar hvítlaukurinn er létt brúnaður, um það bil 4 mínútur, skaltu henda honum.

3. Bætið paprikunni á pönnuna. Eldið, hrærið stöðugt, þar til það er mjúkt, um 15 mínútur.

4. Bætið tómötum og vatni saman við. Eldið þar til sósan þykknar, um það bil 15 mínútur lengur.

5. Bætið við kapers, ansjósum og möndlum. Mér finnst salt gott. Eldið í aðrar 2 mínútur. Látið kólna aðeins áður en það er borið fram.

Paprika með tómötum og lauk

pepperóní

Gerir 4 skammta

Hvert svæði virðist hafa útgáfu af paprikunni. Sumir bæta við kapers, ólífum, kryddjurtum eða ansjósu. Berið fram sem meðlæti eða ídýfu með steiktu svínakjöti eða grilluðum fiski.

4 rauðar eða gular paprikur (eða blanda)

2 meðalstórir laukar, þunnar sneiðar

3 matskeiðar af ólífuolíu

3 stórir tómatar, skrældir, fræhreinsaðir og saxaðir gróft

1 hvítlauksgeiri, smátt saxaður

salt

1. Setjið paprikuna á skurðbretti. Haltu handfanginu í annarri hendi og settu oddinn á stórum, þungum hníf þvert yfir brún loksins. Beint skorið. Snúðu paprikunni 90° og skerðu beint aftur. Endurtaktu, snúðu og klipptu tvær hliðar sem eftir eru. Fleygðu kjafti, fræjum og stilkum sem eru heilir. Skerið

himnurnar og malið fræin. Skerið paprikuna í 1/4 tommu ræmur.

tveir. Á stórri pönnu við meðalhita, steikið laukinn í olíunni þar til hann er mjúkur og gullinn, um það bil 10 mínútur. Bætið piparstrimlunum út í og eldið í 10 mínútur í viðbót.

3. Bætið tómötum, hvítlauk og salti eftir smekk. Lokið og látið malla í 20 mínútur eða þar til paprikurnar eru mjúkar þegar þær eru stungnar með hníf. Ef það er of mikill vökvi eftir skaltu taka lokið af og elda þar til sósan hefur þyknað og minnkað. Berið fram heitt eða við stofuhita.

Fylltar paprikur

Þroskað pepperóní

Gerir 4 til 8 skammta

Amma mín bjó alltaf til þessar paprikur á sumrin. Hún eldaði þær á morgnana á stórri svartri pönnu og í hádeginu voru þær komnar í réttan hita til að bera fram með sneiðum brauði.

1 1/4 bolli þurrt venjulegt brauð úr ítölsku eða frönsku brauði

1/3 bolli nýrifinn Pecorino Romano eða Parmigiano-Reggiano

1/4 bolli saxuð fersk steinselja

1 hvítlauksgeiri, smátt saxaður

Salt og nýmalaður svartur pipar

Um 1/2 bolli ólífuolía

8 langar ljósgrænar ítalskar paprikur

3 bollar skrældir, fræhreinsaðir og saxaðir ferskir tómatar eða 1 dós niðurmuldir tómatar

6 fersk basilíkublöð, skorin í bita

1. Blandið saman brauðmylsnu, osti, steinselju, hvítlauk og salti og pipar eftir smekk í skál. Hrærið 3 matskeiðar af olíu saman við, eða nógu mikið til að myljan verði jafnt yfir.

tveir. Skerið toppinn af paprikunni og fjarlægðu fræin. Hellið brauðmylsnunni yfir paprikuna og skilið eftir um 1 tommu af slaka efst. Ekki fylla paprikuna eða fyllingin lekur út þegar paprikurnar eldast.

3. Hitið 1/4 bolla af olíu á stórri pönnu við meðalhita þar til piparinn er brúnaður á pönnunni. Bætið paprikunni varlega út í með töng. Bakið, snúið öðru hverju með töngum, þar til það er gullið á öllum hliðum, um 20 mínútur.

4. Setjið tómatana, basil og salt og pipar eftir smekk í kringum paprikuna. Látið sjóða. Lokið og eldið, snúið einu sinni eða tvisvar, þar til það er mjög mjúkt, um það bil 15 mínútur. Ef sósan er of þurr, bætið þá við smá vatni. Lokið og eldið þar til sósan er orðin þykk, um það bil 5 mínútur lengur. Berið fram heitt eða við stofuhita.

Fylltar paprikur í napólískum stíl

Pepperoni niður Nonna

Gerir 6 skammta

Ef Sikileyingar hafa óteljandi leiðir til að elda eggaldin, hafa Napólíbúar sömu sköpunargáfu með papriku. Þetta er önnur dæmigerð napólísk uppskrift sem amma bjó til.

2 meðalstór eggaldin (um 1 pund hvert)

6 stórar rauðar, gular eða grænar paprikur, skornar í 1/2 tommu ræmur

1/2 bolli auk 3 matskeiðar ólífuolía

3 meðalstórir tómatar, skrældir, kjarnhreinsaðir og skornir í teninga

3/4 bolli ljósar svartar ólífur, grýttar og saxaðar, þurrkaðar í olíu, eins og Gaeta

6 ansjósuflök, gróft skorin

3 matskeiðar af þvegin og tæmd kapers

1 stór hvítlauksgeiri, afhýddur og smátt saxaður

3 matskeiðar af saxaðri ferskri steinselju

Nýmalaður svartur pipar

1/2 bolli auk 1 matskeið venjulegt brauðrasp

1. Skerið eggaldinin og skerið í 3/4 tommu teninga. Setjið bitana í sigti, stráið hverju lagi salti yfir. Setjið sigtið á disk og látið renna af í 1 klst. Þvoið eggaldinið og þurrkið það með pappírshandklæði.

tveir. Hitið 1/2 bolla olíu á stórri pönnu yfir miðlungshita. Bætið eggaldininu út í og eldið, hrærið af og til, þar til það er mjúkt, um það bil 10 mínútur.

3. Hrærið tómötum, ólífum, ansjósum, kapers, hvítlauk, steinselju og pipar saman við eftir smekk. Látið suðuna koma upp og eldið í 5 mínútur í viðbót. Bætið 1/2 bolla af brauðrasp og takið af hitanum.

4. Settu grindina í miðju ofnsins. Forhitið ofninn í 450°F. Smyrjið bökunarplötu sem er nógu stór til að halda paprikunum uppréttri.

5. Skerið stilkana af paprikunni og fjarlægðu fræin og hvítu himnurnar. Fylltu paprikuna með eggaldinblöndunni. Setjið paprikuna í tilbúna pönnu. Stráið 1 msk brauðmylsnu sem eftir er yfir og dreypið 3 msk olíu sem eftir er yfir.

6. Hellið 1 bolla af vatni utan um paprikurnar. Bakið í 1 klukkustund og 15 mínútur eða þar til paprikan er orðin mjög mjúk og ljósbrúnt. Berið fram heitt eða við stofuhita.

Fylltar paprikur, Ada Bon stíll

Ada Boni undir Pepperoni Ripien

Gerir 4 til 8 skammta

Ada Boni var þekktur ítalskur matreiðslurithöfundur og höfundur nokkurra matreiðslubóka. Regional Italian Cuisine hans er sígild og ein af fyrstu bókunum um efnið sem hefur verið þýdd á ensku. Þessi uppskrift er unnin úr sikileyska kaflanum.

4 meðal rauðar eða gular paprikur

1 bolli venjulegt ristað brauð

4 matskeiðar af rúsínum

1/2 bolli steinhreinsaðar svartar ólífur, saxaðar

6 ansjósuflök, söxuð

2 matskeiðar söxuð fersk basilíka

2 matskeiðar af þvegin, tæmd og söxuð kapers

1/4 bolli auk 2 matskeiðar ólífuolía

1 bolliSikileysk tómatsósa

1.Settu grindina í miðju ofnsins. Forhitið ofninn í 375°F. Smyrjið 13 x 9 x 2 tommu ofnform.

tveir. Skerið paprikuna í tvennt eftir endilöngu með stórum, þungum hníf. Skerið stilkana, fræin og hvítar himnur af.

3.Blandið saman brauðmylsnu, rúsínum, ólífum, ansjósum, basil, kapers og 1/4 bolli af olíu í stóra skál. Smakkið til og stillið krydd. (Salt er líklega ekki nauðsynlegt.)

4.Hellið blöndunni yfir paprikuhelmingana. Hyljið með sósu. Bakið í 50 mínútur eða þar til paprikurnar eru mjög mjúkar þegar þær eru stungnar í gegn með hníf. Berið fram heitt eða við stofuhita.

Steiktar paprikur

Pepperoni Fritti

Gerir 6 til 8 skammta

Ferskt og sætt, erfitt að standast þau. Berið fram með eggjaköku eða einhverju soðnu kjöti.

4 stórar rauðar eða gular paprikur

1/2 bolli alhliða hveiti

salt

1. Setjið paprikuna á skurðbretti. Haltu handfanginu í annarri hendi og settu oddinn á stórum, þungum hníf þvert yfir brún loksins. Beint skorið. Snúðu paprikunni 90° og skerðu beint aftur. Endurtaktu, snúðu og klipptu tvær hliðar sem eftir eru. Fleygðu kjafti, fræjum og stilkum sem eru heilir. Skerið himnurnar og malið fræin. Skerið paprikuna í 1/4 tommu ræmur.

tveir. Hitið um 2 tommur af olíu í þungri, djúpri pönnu þar til hitinn á matarhitamælinum nær 375°F.

3. Klæðið bökunarplötu með pappírshandklæði. Setjið hveitið í grunna skál. Húðaðu piparræmurnar með hveiti, hristu afganginn af.

4. Bætið piparstrimlunum út í heitu olíuna, nokkrum í einu. Steikið þar til þær eru gullnar og mjúkar, um 4 mínútur. Tæmið á pappírshandklæði. Steikið afganginn á sama hátt í skömmtum. Stráið salti yfir og berið fram strax.

Steiktar paprikur með kúrbít og myntu

Pepperoni og Zucchini Padella

Gerir 6 skammta

Því lengur sem það situr, því betra bragðast það, svo gerðu það fyrr á daginn til að bera fram fyrir síðari máltíð.

1 rauð paprika

1 gul paprika

2 matskeiðar af ólífuolíu

4 litlir kúrbít, skornir í 1/4 tommu sneiðar

salt

2 matskeiðar af hvítvínsediki

2 hvítlauksgeirar, smátt saxaðir

2 matskeiðar söxuð fersk mynta

1/2 tsk af þurrkuðu oregano

Örlítil mulin rauð paprika

1. Setjið paprikuna á skurðbretti. Haltu handfanginu í annarri hendi og settu oddinn á stórum, þungum hníf þvert yfir brún loksins. Beint skorið. Snúðu paprikunni 90° og skerðu beint aftur. Endurtaktu, snúðu og klipptu tvær hliðar sem eftir eru. Fleygðu kjafti, fræjum og stilkum sem eru heilir. Skerið himnurnar og malið fræin. Skerið paprikuna í 1 tommu ræmur.

tveir. Hitið olíuna á stórri pönnu yfir meðalhita. Bætið papriku út í og eldið, hrærið í, í 10 mínútur.

3. Bætið kúrbít og salti eftir smekk. Eldið, hrærið oft, þar til kúrbíturinn er mjúkur, um það bil 15 mínútur.

4. Á meðan grænmetið er að elda skaltu sameina edik, hvítlauk, kryddjurtir, rauðan pipar og salt eftir smekk í meðalstórri skál.

5. Bætið við papriku og kúrbít. Leyfðu þeim að hvíla þar til grænmetið er við stofuhita. Smakkið til og stillið krydd.

Ristað pipar og eggaldin terrine

Pepperoni og eggaldin snið

Gerir 8-12 skammta

Þetta er óvenjulegt og fallegt landslag með lagskiptri papriku, eggaldin og kryddi. Safinn úr paprikunum er kældur aðeins eftir að þær hafa kólnað og við höldum terrininu saman. Berið fram sem forrétt eða sem meðlæti fyrir grillað kjöt.

4 stórirrauð papriku, þroskuð og afhýdd

2 stór eggaldin (um 1 1/2 pund hvert)

salt

Ólífuolía

1/2 bolli rifin fersk basilíkublöð

4 stór hvítlauksrif, afhýdd, frælaus og smátt skorin

1/4 bolli rauðvínsedik

Nýmalaður svartur pipar

1. Ef nauðsyn krefur, undirbúið papriku. Skerið eggaldinin og skerið langsum í 1/4 tommu þykkar sneiðar. Setjið sneiðarnar í sigti, stráið salti yfir hverju lagi. Látið það hvíla í að minnsta kosti 30 mínútur.

tveir. Forhitið ofninn í 450°F. Penslið tvær stórar gelatínbökunarplötur með olíu.

3. Þvoið eggaldinsneiðarnar í köldu vatni og þerrið þær með pappírshandklæði. Settu eggaldinið á pönnuna í einu lagi. Penslið það með olíu. Bakið eggaldinið í um það bil 10 mínútur þar til toppurinn er ljósbrúnn. Snúið bitunum við með töng og bakið í um það bil 10 mínútur í viðbót, eða þar til þeir eru orðnir mjúkir og örlítið gylltir.

4. Tæmið paprikuna og skerið í 1 tommu ræmur.

5. Klæðið 8 x 4 x 3 tommu pönnu með plastfilmu. Settu lag af eggaldinsneiðum á botninn á ofnplötunni og skarast þær aðeins. Settu ristuðu paprikuna ofan á eggaldinið. Dreypið smá basil, hvítlauk, ediki, ólífuolíu yfir og saltið og piprið eftir smekk. Haltu áfram að setja lag, þrýstu þétt niður á hvert lag þar til allt hráefnið er notað. Hyljið með plastfilmu og vegið innihaldið niður með annarri pönnu fylltri þungum dósum.

Geymið í kæli í að minnsta kosti 24 klukkustundir eða allt að 3 daga.

6. Til að bera fram skaltu opna terrinið og snúa því á framreiðsludisk. Fjarlægðu plastfilmuna varlega. Skerið terrinið í þykkar sneiðar. Berið fram kalt eða við stofuhita.

sætar og súrar kartöflur

Agrodolce kartöflur

Gerir 6 til 8 skammta

Þetta er kartöflusalat í sikileyskum stíl borið fram við stofuhita með grilluðum svínakjöti, kjúklingi eða pylsum.

2 pund af fjölhæfum kartöflum, eins og Yukon Gold

1 laukur

2 matskeiðar af ólífuolíu

1 bolli mjúkar svartar ólífur í gryfju eins og Gaeta

2 matskeiðar af kapers

Salt og nýmalaður svartur pipar

2 matskelðar af hvítvínsediki

2 skeiðar af sykri

1. Skrúfaðu kartöflurnar með pensli undir köldu rennandi vatni. Ef þú vilt skaltu afhýða þær. Skerið kartöflurnar í tvennt eða í

fjórðunga ef þær eru stórar. Steikið laukinn í olíunni á stórri pönnu þar til hann er mjúkur og gullinn, um það bil 10 mínútur.

tveir.Bætið kartöflum, ólífum, kapers og salti og pipar eftir smekk. Bætið við 1 bolla af vatni og látið sjóða. Bakið í 15 mínútur.

3.Blandið ediki og sykri í litla skál og bætið á pönnuna. Haltu áfram að elda þar til kartöflurnar eru mjúkar, um það bil 5 mínútur. Takið af hitanum og látið kólna alveg. Berið fram við stofuhita.

Kartöflur með balsamik ediki

Kartöflur al Balsamico

Gerir 6 skammta

Rauðlaukur og balsamikedik bæta bragði við þessar kartöflur. Þeir eru líka góðir við stofuhita.

2 pund af fjölhæfum kartöflum, eins og Yukon Gold

2 matskeiðar af ólífuolíu

1 stór rauðlaukur, saxaður

2 matskeiðar af vatni

Salt og nýmalaður svartur pipar

2 matskeiðar af balsamik ediki

1. Skrúfaðu kartöflurnar með pensli undir köldu rennandi vatni. Ef þú vilt skaltu afhýða þær. Skerið kartöflurnar í tvennt eða í fjórðunga ef þær eru stórar.

tveir. Hitið olíuna í meðalstórum potti yfir meðalhita. Bætið kartöflum, lauk, vatni og salti og pipar eftir smekk. Lokið pönnunni með loki og lækkið hitann í lágan. Bakið í 20 mínútur eða þar til kartöflurnar eru orðnar meyrar.

3. Opnaðu pönnuna og blandaðu ediki saman við. Eldið þar til mestur vökvinn hefur gufað upp, um það bil 5 mínútur. Berið fram heitt eða við stofuhita.

kartöflur í feneyskum stíl

Kartöflur alla Veneziana

Gerir 4 skammta

Þó ég noti Yukon Gold kartöflur í flesta rétti, þá eru margar aðrar góðar tegundir í boði, sérstaklega á bændamörkuðum, sem auka fjölbreytni í kartöflurétti. Finnskar gular kartöflur eru góðar til að steikja og baka, rússneskar rauðar kartöflur eru fullkomnar í salöt. Þótt þær séu undarlegar í útliti geta bláar kartöflur líka verið mjög góðar.

1 1/4 pund alhliða kartöflur, eins og Yukon Gold

2 matskeiðar af ósaltuðu smjöri

1 skeið af ólífuolíu

1 meðalstór laukur, saxaður

Salt og nýmalaður svartur pipar

2 matskeiðar af saxaðri ferskri steinselju

1. Skrúfaðu kartöflurnar með pensli undir köldu rennandi vatni. Ef þú vilt skaltu afhýða þær. Skerið kartöflurnar í tvennt eða í fjórðunga ef þær eru stórar. Bræðið smjörið ásamt olíunni á stórri pönnu við meðalhita. Bætið lauknum út í og eldið þar til hann er mjúkur, um það bil 5 mínútur.

tveir.Bæta við kartöflum og salti og pipar eftir smekk. Setjið lok á pönnuna og eldið, hrærið af og til, í um 20 mínútur eða þar til kartöflurnar eru orðnar meyrar.

3.Bætið steinseljunni út í og blandið vel saman. Berið fram heitt.

Kartöflun "hoppaði".

Kartöflur al Salto

Gerir 4 skammta

Þetta er það sem þú færð þegar þú pantar franskar á ítölskum veitingastað. Frönskurnar eru örlítið stökkar að utan og mjúkar og kremkenndar að innan. Þær eru kallaðar „steiktar" kartöflur því oft þarf að hrista þær eða henda á pönnuna.

1 1/4 pund alhliða kartöflur, eins og Yukon Gold

1/4 bolli ólífuolía

Salt og nýmalaður svartur pipar

1. Skrúfaðu kartöflurnar með pensli undir köldu rennandi vatni. Skrælið kartöflurnar. Skerið þá í 1 tommu bita.

tveir. Hellið olíu í 9 tommu pönnu. Setjið pönnuna yfir meðalhita þar til olían er orðin mjög heit og kartöflurnar brúnast þegar þær eru settar út í.

3. Þurrkaðu kartöflurnar vel með pappírshandklæði. Bætið kartöflunum við heitu olíuna og eldið í 2 mínútur. Snúið

kartöflunum við og eldið í 2 mínútur í viðbót. Haltu áfram að elda, snúðu kartöflum á 2 mínútna fresti eða þar til þær eru léttbrúnar á öllum hliðum, um það bil 10 mínútur alls.

4. Saltið og piprið eftir smekk. Setjið lok á pönnuna og eldið, snúið öðru hverju, þar til kartöflurnar eru mjúkar þegar þær eru stungnar með hníf, um það bil 5 mínútur. Berið fram strax.

Afbrigði: Kartöflur með hvítlauk og kryddjurtum: Í skrefi 4 skaltu bæta við 2 geirum af söxuðum hvítlauk og skeið af fersku rósmaríni eða söxuðu salvíu.

Paprikukökur

Kartöflu og Pepperoni Padella

Gerir 6 skammta

Paprika, hvítlaukur og rauð paprika bæta bragði við þessa ljúffengu hræru.

1 1/4 pund alhliða kartöflur, eins og Yukon Gold

4 matskeiðar af ólífuolíu

2 stórar rauðar eða gular paprikur, skornar í 1 tommu bita

salt

1/4 bolli saxuð fersk steinselja

2 stór hvítlauksrif

Örlítil mulin rauð paprika

1. Skrúfaðu kartöflurnar með pensli undir köldu rennandi vatni. Afhýðið kartöflurnar og skerið þær í 1 tommu bita.

tveir. Hitið 2 matskeiðar olíu í stórri pönnu yfir miðlungshita. Þurrkaðu kartöflurnar vel með pappírsþurrku og settu þær á pönnuna. Eldið kartöflurnar, hrærið af og til, þar til þær byrja að brúnast, um það bil 10 mínútur. Stráið salti yfir. Lokið pönnunni með loki og eldið í 10 mínútur.

3. Á meðan kartöflurnar eru soðnar, hitið þá 2 matskeiðar af olíu sem eftir eru á annarri pönnu yfir meðalhita. Bætið við pipar og salti eftir smekk. Eldið, hrærið af og til, þar til paprikurnar eru næstum mjúkar, um það bil 10 mínútur.

4. Blandið kartöflunum saman og bætið svo paprikunni út í. Bætið við steinselju, hvítlauk og söxuðum rauðum pipar. Eldið þar til kartöflurnar eru mjúkar, um það bil 5 mínútur. Berið fram heitt.

Kartöflumús með steinselju og hvítlauk

Schiacciate all'Aglio og Prezzemolo kartöflur

Gerir 4 skammta

Kartöflumús fá ítalska meðferð með steinselju, hvítlauk og ólífuolíu. Ef þér líkar vel við kartöflurnar þínar, blandaðu ríkulegri klípu af mulinni rauðri pipar út í.

1 1/4 pund alhliða kartöflur, eins og Yukon Gold

salt

1/4 bolli ólífuolía

1 stór hvítlauksgeiri, smátt saxaður

1 msk fersk saxuð steinselja

Nýmalaður svartur pipar

1. Skrúfaðu kartöflurnar með pensli undir köldu rennandi vatni. Flysjið kartöflurnar og skerið þær í fernt. Setjið kartöflurnar í meðalstóran pott með köldu vatni til að hylja og saltið eftir smekk. Lokið og látið suðuna koma upp. Bakið í 15 mínútur

eða þar til kartöflurnar eru mjúkar þegar þær eru stungnar í þær með hníf. Tæmdu kartöflurnar, geymdu eitthvað af vatninu.

tveir.Þurrkaðu pönnuna sem kartöflurnar voru soðnar á. Bætið 2 msk olíu og hvítlauk út í og eldið við meðalhita þar til hvítlaukurinn er ilmandi, um það bil 1 mínútu. Bætið kartöflunum og steinseljunni á pönnuna. Stappaðu kartöflurnar með hrísgrjónapotti eða gaffli, hrærðu vel til að blanda saman við hvítlauk og steinselju. Bætið afganginum af olíunni út í og saltið og piprið eftir smekk. Ef nauðsyn krefur, bætið við smá matreiðsluvatni. Berið fram strax.

Afbrigði: Kartöflumús með ólífum: Hrærið 2 matskeiðar af söxuðum svörtum eða grænum ólífum út í áður en þær eru bornar fram.

Herbed nýjar kartöflur með Pancetta

Patatine alle Erbe Aromatiche

Gerir 4 skammta

Nýjar kartöflur eru svo ljúffengar þegar þær eru soðnar. (Ný kartöflur er ekki afbrigði. Ný kartöflu getur verið hvaða nýgrafna kartöflu sem er með þunnt roð.) Ef þú ert ekki með nýja kartöflu við höndina skaltu nota alhliða kartöflu.

1 1/4 pund litlar nýjar kartöflur

2 aura sneið pancetta, í teningum

1 meðalstór laukur, saxaður

2 matskeiðar af ólífuolíu

1 hvítlauksgeiri, smátt saxaður

6 fersk basilíkublöð, skorin í bita

1 tsk saxað ferskt rósmarín

1 lárviðarlauf

Salt og nýmalaður svartur pipar

1. Skrúfaðu kartöflurnar með pensli undir köldu rennandi vatni. Ef þú vilt skaltu afhýða þær. Skerið kartöflur í 1 tommu bita.

tveir. Blandið saman pancetta, lauk og olíu á stórri pönnu. Eldið við meðalhita þar til það er mjúkt, um það bil 5 mínútur.

3. Bætið kartöflunum út í og eldið í 10 mínútur, hrærið af og til.

4. Hrærið hvítlauk, basil, rósmarín, lárviðarlaufi og salti og pipar eftir smekk. Setjið lok á pönnuna og eldið í 20 mínútur í viðbót, hrærið af og til, þar til kartöflurnar eru meyrar þegar þær eru stungnar með gaffli. Bætið við smá vatni ef kartöflurnar fara að brúnast of fljótt.

5. Fjarlægðu lárviðarlaufið og berið fram heitt.

Kartöflur með tómötum og lauk

Kartöflur à Pizzaiola

Gerir 6 til 8 skammta.

Bakaðar kartöflur með pizzubragði eru dæmigerðar í Napólí og víðar í suðri.

2 pund af fjölhæfum kartöflum, eins og Yukon Gold

2 stórir tómatar, skrældir, fræhreinsaðir og saxaðir

2 meðalstórir laukar, sneiddir

1 hvítlauksgeiri, smátt saxaður

1/2 tsk af þurrkuðu oregano

1/4 bolli ólífuolía

Salt og nýmalaður svartur pipar

1. Forhitið ofninn í 450°F. Skrúbbið kartöflur með pensli undir köldu rennandi vatni. Ef þú vilt skaltu afhýða þær. Skerið kartöflur í 1 tommu bita. Í eldfast mót sem er nógu stórt til að innihalda innihaldsefnin í einu lagi, blandaðu saman

kartöflum, tómötum, lauk, hvítlauk, oregano, olíu og salti og pipar eftir smekk. Dreifið hráefnunum jafnt á pönnuna.

tveir. Settu grindina í miðju ofnsins. Ristið grænmetið, hrærið 2 eða 3 sinnum, í 1 klukkustund eða þar til kartöflurnar eru mjúkar. Berið fram heitt.

Bakaðar kartöflur með hvítlauk og rósmarín

Steiktar kartöflur

Gerir 4 skammta

Ég fæ aldrei nóg af þessum stökku kjötkássa. Enginn getur staðist þá. Trikkið við að búa þær til er að nota nógu stóra pönnu þannig að kartöflubitarnir snertist varla og hrannast ekki hver ofan á annan. Ef bökunarplatan þín er ekki nógu stór skaltu nota 15 x 10 x 1 tommu matarlímsplötu eða tvær smærri pönnur.

2 pund af fjölhæfum kartöflum, eins og Yukon Gold

1/4 bolli ólífuolía

1 matskeið ferskt saxað rósmarín

Salt og nýmalaður svartur pipar

2 hvítlauksgeirar, smátt saxaðir

1. Settu grindina í miðju ofnsins. Forhitið ofninn í 400° F. Skrúbbið kartöflur með pensli undir köldu rennandi vatni. Ef þú vilt skaltu afhýða þær. Skerið kartöflur í 1 tommu bita. Þurrkaðu kartöflurnar með pappírshandklæði. Settu þær á

ofnplötu sem er nógu stór til að halda kartöflunum í einu lagi. Dreypið ólífuolíu yfir og blandið saman við rósmarín og salti og pipar eftir smekk. Dreifið kartöflunum jafnt.

tveir. Bakið kartöflurnar í 45 mínútur, hrærið á 15 mínútna fresti. Bætið hvítlauknum út í og eldið í 15 mínútur í viðbót eða þar til kartöflurnar eru orðnar meyrar. Berið fram heitt.

Bakaðar kartöflur með sveppum

Kartöflur og Funghi al Forno

Gerir 6 skammta

Þegar kartöflurnar eru bakaðar á sömu pönnu lyktar af sveppum og hvítlauk.

1 1/2 pund alhliða kartöflur, eins og Yukon Gold

1 pund sveppir, hvaða tegund sem er, helmingaðir eða fjórðungir ef þeir eru stórir

1/4 bolli ólífuolía

2 til 3 hvítlauksgeirar, þunnar sneiðar

Salt og nýmalaður svartur pipar

2 matskeiðar af saxaðri ferskri steinselju

1. Settu grindina í miðju ofnsins. Forhitið ofninn í 400° F. Skrúbbið kartöflur með pensli undir köldu rennandi vatni. Ef þú vilt skaltu afhýða þær. Skerið kartöflur í 1 tommu bita. Settu kartöflurnar og sveppina á stóra ofnplötu. Blandið

grænmetinu saman við ólífuolíu, hvítlauk og smá salti og pipar.

tveir. Bakið grænmetið í 15 mínútur. Skjóta þá vel. Eldið í 30 mínútur í viðbót, hrærið af og til, eða þar til kartöflurnar eru orðnar meyrar. Stráið saxaðri steinselju yfir og berið fram heitt.

Kartöflur og blómkál, Basilicata stíl

Kartöflur og Cavolfiore al Forno

gerðu 4 til 6

Fyrir staðgóðan sunnudagskvöldverð skaltu setja pott af kartöflum og blómkáli við hliðina á steiktu svínakjöti eða kjúklingi. Grænmetið á að vera stökkt og gyllt í kringum brúnirnar, bragðið er aukið með ilm af oregano.

1 lítið blómkál

1/4 bolli ólífuolía

3 meðalstórar alhliða kartöflur, eins og Yukon Gold, í fjórðunga

1/2 msk þurrkað oregano, mulið

Salt og nýmalaður svartur pipar

1. Skerið blómkál í 2 tommu blómkál. Skerið endana á stilkunum. Skerið þykka stilka þversum í 1/4 tommu sneiðar.

tveir. Settu grindina í miðju ofnsins. Forhitið ofninn í 400° F. Hellið olíu í 13 x 9 x 2 tommu ofnform. Bætið grænmetinu saman við og blandið vel saman. Stráið oregano yfir og saltið og piprið eftir smekk. Spila aftur.

3. Bakið í 45 mínútur eða þar til grænmetið er mjúkt og gullið. Berið fram heitt.

Kartöflur og hvítkál á pönnu

Kartöflur og Cavolo Tegame

Gerir 4 til 6 skammta

Það eru til útgáfur af þessum rétti um alla Ítalíu. Í Friuli er reyktri pancetta bætt við laukpönnuna. Ég elska þessa einföldu útgáfu af Basilicata. Fölbleikur laukurinn bætir við rjómahvítu kartöflurnar og grænkálið. Kartöflurnar eru svo mjúkar að þegar kálið er mjúkt líta þær út eins og kartöflumús.

3 matskeiðar af ólífuolíu

1 meðalstór rauðlaukur, saxaður

1/2 meðalstór hvítkál, þunnt sneið (um 4 bollar)

3 meðalstórar alhliða kartöflur, eins og Yukon Gold, skrældar og skornar í teninga

1/2 bolli af vatni

Salt og nýmalaður svartur pipar

1. Hellið olíunni á stóra pönnu. Bætið lauknum út í og eldið við meðalhita, hrærið stöðugt, þar til hann er mýktur, um það bil 5 mínútur.

tveir. Blandið saman hvítkáli, kartöflum, vatni og salti og pipar eftir smekk. Lokið og eldið, hrærið af og til, í 30 mínútur eða þar til grænmetið er meyrt. Ef grænmetið fer að festast skaltu bæta við smá vatni. Berið fram heitt.

Kartöflu- og spínatbaka

Pie di Potato og Spínat

Gerir 8 skammta

Þegar ég átti þessa grænmetislagstertu í Róm var hún gerð með sígóríu í stað spínats. Rómversk síkóríur lítur út eins og ungur túnfífill eða þroskuð rúlla. Spínat er góður staðgengill fyrir sígóríu. Til að fá besta bragðið skaltu passa að láta þennan rétt kólna aðeins áður en hann er borinn fram.

2 pund af fjölhæfum kartöflum, eins og Yukon Gold

salt

4 matskeiðar af ósöltuðu smjöri

1 lítill laukur, smátt saxaður

1 1/2 pund spínat, sígória, túnfífill eða svissneskur kard, saxað

1/2 bolli af vatni

1/2 bolli heit mjólk

1 bolli nýrifinn Parmigiano-Reggiano

Nýmalaður svartur pipar

1 matskeið venjulegt brauð

1. Skrúfaðu kartöflurnar með pensli undir köldu rennandi vatni. Flysjið kartöflurnar og setjið í meðalstóran pott með köldu vatni til að hylja. Saltið og setjið lok á pönnuna. Látið suðuna koma upp og eldið í um 20 mínútur eða þar til kartöflurnar eru orðnar meyrar.

tveir. Bræðið 2 matskeiðar af smjöri í lítilli pönnu við meðalhita. Bætið lauknum út í og eldið, hrærið stöðugt í, þar til laukurinn er mjúkur og gullinn.

3. Setjið spínatið í stóran pott með 1/2 bolla af vatni og salti eftir smekk. Lokið og eldið þar til það er mjúkt, um það bil 5 mínútur. Tæmið vel og kreistið út umfram vökva. Skerið spínatið á skurðbretti.

4. Bætið spínatinu á pönnuna og blandið saman við laukinn.

5. Þegar kartöflurnar eru orðnar mjúkar, hellið af og maukið þar til þær eru sléttar. Bætið hinum 2 matskeiðum af smjöri og mjólkinni út í. Bætið 3/4 bolla af osti út í og blandið vel saman. Stillið eftir smekk með salti og pipar.

6. Settu grindina í miðju ofnsins. Forhitið ofninn í 375°F.

7. Smyrjið 9 tommu eldfast mót. Setjið helminginn af kartöflunum á disk. Búðu til annað lag með öllu spínatinu. Hellið restinni af kartöflunum ofan á. Stráið eftir 1/4 bolla osti og brauðrasp yfir.

8. Bakið í 45 til 50 mínútur eða þar til toppurinn er gullinbrúnn. Látið hvíla í 15 mínútur áður en það er borið fram.

Napólískar kartöflukrókettar

panzerotti eða hekl

Það voru um 24

Í Napólí settu pítsubúðir upp gangstéttarbása til að selja þessa ljúffengu kartöflumús með skorpnum brauðjakka, sem auðveldar vegfarendum að borða þau í hádegismat eða snarl. Hins vegar er þetta uppskrift ömmu minnar. Við borðum kartöflukrókettur fyrir hátíðir og hátíðleg tækifæri allt árið, venjulega sem meðlæti við steikt kjöt.

2 1/2 pund alhliða kartöflur, eins og Yukon Gold

3 stór egg

1 bolli nýrifinn Pecorino Romano eða Parmigiano-Reggiano

2 matskeiðar af saxaðri ferskri steinselju

1/4 bolli hakkað pylsa (um 2 aura)

Salt og nýmalaður svartur pipar

2 bollar venjulegt þurrt brauð

jurtaolía til steikingar

1. Skrúfaðu kartöflurnar með pensli undir köldu rennandi vatni. Settu kartöflurnar í stóran pott með köldu vatni til að hylja. Lokið pönnunni með loki og látið vatnið sjóða. Eldið við miðlungshita þar til kartöflurnar eru mjúkar þegar þær eru stungnar með gaffli, um það bil 20 mínútur. Tæmdu kartöflurnar og láttu þær kólna aðeins. Skrælið kartöflurnar. Setjið þær í stóra skál og maukið þær með safapressu eða gaffli þar til þær eru sléttar.

tveir. Skiljið eggin að með því að setja eggjarauðurnar í litla skál og setja hvíturnar til hliðar í grunnri skál. Dreifið brauðmylsnunni á bökunarpappír.

3. Blandið eggjarauðunum, ostinum, steinseljunni og pylsunni saman við kartöflumúsina. Saltið og piprið eftir smekk.

4. Notaðu um 1/4 bolla af kartöflublöndunni til að mynda pylsu um það bil 1 tommu á breidd og 21,5 tommur að lengd. Endurtaktu með kartöflunum sem eftir eru.

5. Þeytið eggjahvíturnar með þeytara eða gaffli. Dýfið kartöflurúllunum í eggjahvíturnar og veltið þeim síðan upp í

molana, hjúpið þær alveg. Settu kubbana á grind og láttu þá þorna í 15-30 mínútur.

6. Hellið um 1/2 tommu af olíu í stóra, þunga pönnu. Hitið við meðalhita þar til eitthvað af eggjahvítunum sýður um leið og þær leka ofan í olíuna. Settu hluta af stokkunum varlega í pottinn og skildu eftir smá bil á milli þeirra. Steikið þær og snúið þeim af og til með töngum þar til þær fá einsleitan lit, um það bil 10 mínútur. Tæmið gullnu króketturnar á pappírshandklæði.

7. Berið fram strax eða haldið heitum í lágum ofni á meðan restin af krókettunum er steikt.

Papa Napoli kartöflubaka

köttur

Gerir 6 til 8 skammta

Gatto' kemur frá frönsku gateau, sem þýðir "kaka". Ætturinn fær mig til að trúa því að þessi uppskrift hafi verið vinsæl af frönsku þjálfuðum monzus, matreiðslumönnum sem elduðu fyrir aðalsmenn napólíska hirðarinnar.

Heima hjá okkur kölluðum við þetta kartöflubóku og ef við áttum ekki kartöflukrókettur í sunnudagsmatinn fengum við þennan kartöflurétt sem var sérgrein pabba.

2 1/2 pund alhliða kartöflur, eins og Yukon Gold

salt

1/4 bolli venjulegt þurrt brauð

4 matskeiðar (1/2 stafur) ósaltað smjör, mjúkt

1 bolli heit mjólk

1 bolli auk 2 matskeiðar nýrifinn Parmigiano-Reggiano

1 stórt egg, þeytt

1/4 tsk nýmalaður múskat

Salt og nýmalaður svartur pipar

8 aura ferskur mozzarella, rifinn

4 aura innflutt ítalskt salami eða skinka, saxað

1. Skrúfaðu kartöflurnar með pensli undir köldu rennandi vatni. Settu kartöflurnar í stóran pott með köldu vatni til að hylja. Bætið salti eftir smekk. Lokið pönnunni með loki og látið vatnið sjóða. Eldið við miðlungshita þar til kartöflurnar eru mjúkar þegar þær eru stungnar með gaffli, um það bil 20 mínútur. Tæmið og látið kólna aðeins.

tveir. Settu grindina í miðju ofnsins. Forhitið ofninn í 400°F. Smyrjið 2 lítra bökunarform með smjöri. Stráið brauðmylsnunni ofan á.

3. Afhýðið kartöflurnar, setjið í stóra skál og stappið með hrísgrjónum eða gaffli þar til þær eru sléttar. Bætið við 3 msk smjöri, mjólk, 1 bolli af parmesan, eggi, múskati og salti og pipar eftir smekk. Bætið mozzarella og salami saman við.

4. Dreifið blöndunni jafnt í undirbúið ílát. Stráið afganginum af Parmigiano ofan á. Dreypið af eftir 1 msk smjöri yfir.

5. Bakið í 35 til 45 mínútur eða þar til toppurinn er gullinn. Látið standa stutt við stofuhita áður en borið er fram.

Steiktir tómatar

Tómatar Padella

Gerir 6 til 8 skammta

Berið fram sem meðlæti með grilluðu eða steiktu kjöti, eða maukað á ristað brauð sem fordrykkur við stofuhita.

8 plómutómatar

¼ bolli ólífuolía

2 hvítlauksgeirar, smátt saxaðir

2 matskeiðar söxuð fersk basilíka

Salt og nýmalaður svartur pipar

1. Þvoið tómatana og þurrkið þá. Notaðu lítinn hníf til að skera stöngulenda hvers tómats af og fjarlægðu hann. Skerið tómatana í tvennt eftir endilöngu.

tveir. Hitið olíuna á stórri pönnu yfir miðlungshita með hvítlauknum og basilíkunni. Bætið tómatarhelmingunum út í, með skera hliðinni niður. Stráið salti og pipar yfir. Bakið þar til tómatarnir eru gylltir og mjúkir, um það bil 10 mínútur. Berið fram heitt eða við stofuhita.

Gufusoðnir tómatar

Pomodoro al Vapore

Gerir 4 skammta

Hér eru litlir sætir tómatar soðnir í eigin safa. Við berum þær fram sem meðlæti með kjöti eða fiski, eða setjum þær á pönnu. Ef tómatarnir eru ekki nógu sætir, bætið þá við smá sykri á meðan á eldun stendur.

1 lítri af kirsuberja- eða vínberjatómötum

2 matskeiðar extra virgin ólífuolía

salt

6 basilíkublöð, hlaðin og skorin í mjóa strimla

1. Þvoið tómatana og þurrkið þá. Skerið þær í tvennt á stilkendanum. Blandið saman tómötum, olíu og salti í litlum potti. Lokið pönnunni með loki og setjið á lágan hita. Bakið í 10 mínútur eða þar til tómatarnir eru orðnir mjúkir en halda samt lögun sinni.

tveir. Bætið basilíkunni út í. Berið fram heitt eða við stofuhita.

Brenndir tómatar

Pomodoro al Ahi

Gerir 8 skammta

Þessir tómatar eru bragðbættir með lagi af brauði. Þeir passa vel með soðnum fiski og flestum eggjaréttum.

8 plómutómatar

1 bolli brauðrasp

4 ansjósuflök, grófsöxuð

2 matskeiðar þvegnar og tæmdar kapers

1/2 bolli nýrifinn Pecorino Romano

1/2 tsk af þurrkuðu oregano

3 matskeiðar af ólífuolíu

Salt og nýmalaður svartur pipar

1. Þvoið og þurrkið tómatana. Skerið tómatana í tvennt eftir endilöngu. Slepptu fræunum með lítilli skeið í fínt sigti sem

sett er yfir skálina til að safna safanum. Ristið í stórri pönnu við meðalhita, hrærið oft, þar til það er bara ilmandi, ekki gyllt, um það bil 5 mínútur. takið af hitanum og látið kólna aðeins.

tveir. Settu grindina í miðju ofnsins. Forhitið ofninn í 400°F. Smyrjið stóra bökunarplötu. Leggið tómathýðina með skurðhliðinni upp á pönnuna.

3.Bætið brauðmylsnu, ansjósum, kapers, osti, oregano, salti og pipar í skál af tómatsafa. Bætið við 2 matskeiðum af olíu. Setjið blönduna í tómathýðina. Dreypið restinni af matskeiðinni af olíu yfir.

4.Bakið í 40 mínútur eða þar til tómatarnir eru orðnir mjúkir og mylsnurnar gullnar. Berið fram heitt.

Farro fylltir tómatar

Tómatar ripieni

Gerir 4 skammta

Farro, fornt korn sem er vinsælt á Ítalíu, er frábært álegg fyrir tómata þegar það er blandað saman við ost og lauk. Ég var með eitthvað svona á L'Angolo Divino, vínbar í Róm.

1 bolli hálf-perlu farro (eða í staðinn fyrir heilhveiti eða bulgur)

salt

4 stórir kringlóttir tómatar

1 lítill laukur, smátt saxaður

2 matskeiðar af ólífuolíu

1/4 bolli rifinn Pecorino Romano eða Parmigiano-Reggiano

Nýmalaður svartur pipar

1. Komið með 4 bolla af vatni í meðalstóran pott. Bætið farro og salti eftir smekk. Bakið þar til farro er mjúkt en samt seigt, um 30 mínútur. Sigtið fræið úr og setjið í skál.

tveir. Í litlum potti, steikið laukinn í ólífuolíu við meðalhita þar til hann er gullinn, um það bil 10 mínútur.

3. Settu grindina í miðju ofnsins. Forhitið ofninn í 350°F. Smyrjið litla bökunarplötu sem er nógu stór til að passa tómatana.

4. Þvoið og þurrkið tómatana. Skerið hvern tómat í 1/2 tommu þykkar sneiðar og leggið til hliðar. Skerið tómatana að innan með lítilli skeið og setjið deigið í fínt sigti yfir skál. Dreifið tómathýðunum á bökunarplötu.

5. Bætið útsettum tómatsafa, steiktum lauk, osti og salti og pipar eftir smekk í farro skálina. Hellið blöndunni á tómathýðina með skeið. Hyljið tómatana með fráteknum toppum.

6. Bakið í 20 mínútur eða þar til tómatarnir eru orðnir mjúkir. Berið fram heitt eða við stofuhita.

Fylltir rómverskir tómatar

Tomato Ripieni alla Romana

Gerir 6 skammta

Þetta er klassískur rómverskur réttur sem er venjulega borðaður sem fyrsta réttur við stofuhita.

3/4 bolli meðalkorna hrísgrjón, eins og Arborio, Carnaroli eða Vialone Nano

salt

6 stórir kringlóttir tómatar

4 matskeiðar af ólífuolíu

3 ansjósuflök, gróft skorin

1 lítill hvítlauksgeiri, smátt saxaður

1/4 bollar söxuð fersk basilíka

1/4 bolli nýrifinn Parmigiano-Reggiano

1. Sjóðið 1 lítra af vatni við háan hita. Bætið við hrísgrjónunum og 1 tsk af salti. Lækkið hitann og látið malla í 10 mínútur eða þar til hrísgrjónin eru soðin að hluta en samt mjög þétt. Þurrkaðu það vel. Setjið hrísgrjónin í stóra skál.

tveir. Settu grindina í miðju ofnsins. Forhitið ofninn í 350°F. Smyrjið bökunarplötu sem er nógu stór til að halda tómötunum.

3. Skerið 1/2 tommu sneið ofan af tómötunum og setjið til hliðar. Skerið tómatana að innan með lítilli skeið og setjið deigið í fínt sigti yfir skál. Setjið tómathýðina á pönnuna.

4. Í skálina með hrísgrjónunum, bætið tæmdum tómatsafa og ólífuolíu, ansjósum, hvítlauk, basil, osti og salti eftir smekk. Hristið vel. Hellið blöndunni á tómathýðina með skeið. Hyljið tómatana með fráteknum toppum.

5. Bakið í 20 mínútur eða þar til hrísgrjónin eru mjúk. Berið fram heitt eða við stofuhita.

Brenndir tómatar með balsamikediki

Pomodoro al Balsamico

Gerir 6 skammta

Balsamic edik er nánast töfrandi leið til að auka bragðið af grænmeti. Prófaðu þennan einfalda rétt og berðu fram sem fordrykk eða með kjöti.

8 plómutómatar

2 matskeiðar af ólífuolíu

1 matskeið balsamik edik

Salt og nýmalaður svartur pipar

1. Settu grindina í miðju ofnsins. Forhitið ofninn í 375°F. Smyrjið bökunarplötu sem er nógu stór til að halda tómötunum í einu lagi.

tveir. Þvoið tómatana og þurrkið þá. Skerið tómatana í tvennt eftir endilöngu. Fjarlægðu fræin af tómötunum. Setjið tómatarhelmingana með skurðhliðinni upp á pönnuna. Penslið með olíu og ediki og stráið salti og pipar yfir.

3. Steikið tómatana í 45 mínútur eða þar til þeir eru mjúkir. Berið fram við stofuhita.

GRASKER OG GRASKER

Næstum allir hlutar graskerplöntunnar eru ætur. Sikileyingar búa til súpu sem kallast tenerum úr laufum og grænum vínviðum. Kúrbít og önnur stór leiðsögn eru fyllt með kjöti eða osti og steikt eða soðin. Kúrbít sjálft er notað í mörgum undirbúningi.

Af og til finn ég fölgrænan Romanesco kúrbít á bændamarkaðinum mínum. Þeir eru bragðbetri en kunnugleg dökkgræn afbrigði og minna vatnsmikil. Fyrir kúrbít er mikilvægast að velja þann minnsta sem mögulegt er. Þeir hafa minna og meira mjúkt fræ og meira bragð. Risavaxnir graskergarðyrkjumenn eru alltaf að reyna að heilla grunlausa vini að þeir séu vatnsmiklir og nánast gagnslausir.

Kúrbít er selt í sneiðum á Ítalíu. Afbrigðin sem notuð eru þar eru yfirleitt mjög stór, en uppbygging þeirra er svipuð og harðkúrurnar sem finnast í Bandaríkjunum. Ég treysti mest á grasker, sem er sætt og smjörkennt, þó hægt sé að nota acorn, Hubbard eða grasker.

Kúrbítscarpaccio

Carpaccio í Giallo og Verde

Gerir 4 skammta

Í fyrsta skipti sem ég borðaði einföldustu útgáfuna af þessu hressandi salati var heima hjá vini í Toskana vínberjaræktun. Í gegnum árin hef ég skreytt hann með blöndu af gulum og grænum kúrbít og bætt við ferskri myntu.

2 eða 3 lítil kúrbít, helst blanda af gulu og grænu

3 matskeiðar af ferskum sítrónusafa

1/3 bolli extra virgin ólífuolía

Salt og nýmalaður svartur pipar

2 matskeiðar söxuð fersk mynta

Um 2 aura Parmigiano-Reggiano, 1 stk

1. Hreinsið kúrbítinn með pensli undir köldu rennandi vatni. Skerið brúnirnar.

tveir. Skerið kúrbít mjög þunnt í matvinnsluvél eða mandólínsneiðara. Setjið sneiðarnar í meðalstóra skál.

3. Í lítilli skál, þeytið sítrónusafa, ólífuolíu, salt og pipar eftir smekk þar til það er blandað saman. Hrærið myntu saman við. Dreifið kúrbítnum yfir og blandið vel saman. Raðið sneiðunum á grunnan disk.

4. Rífið Parmigiano í þunnar sneiðar með því að nota grænmetisskeljara. Raðið sneiðunum á kúrbítinn. Berið fram strax.

Kúrbít með hvítlauk og myntu

Kúrbít fyrir Scapece

Gerir 8 skammta

Hægt er að útbúa kúrbít eða kúrbít, eggaldin og gulrætur í stíl hins forna rómverska matarritara Apicius. Grænmetið er steikt, bragðbætt og síðan kælt. Gakktu úr skugga um að gera þetta að minnsta kosti 24 klukkustundum áður en það er borið fram fyrir besta bragðið.

2 kíló af litlum graskerum

jurtaolía til steikingar

3 matskeiðar af rauðvínsediki

2 stór hvítlauksrif, smátt saxuð

1/4 bolli söxuð fersk mynta eða basilíka

Salt og nýmalaður svartur pipar

1. Hreinsið kúrbítinn með pensli undir köldu rennandi vatni. Skerið brúnirnar. Skerið kúrbít í 1/4 tommu sneiðar.

tveir. Hellið 1 tommu af olíu í djúpa pönnu eða breiða pönnu. Hitið olíuna á miðlungshita þar til lítill biti af grænmeti fellur ofan í olíuna.

3. Þurrkaðu graskersneiðarnar með pappírshandklæði. Setjið varlega um fjórðung af kúrbítnum í heitu olíuna. Eldið þar til það er léttbrúnt í kringum brúnirnar, um það bil 3 mínútur. Setjið kúrbít með skeið á pappírshandklæði til að renna af. Steikið restina á sama hátt.

4. Setjið graskerin á disk, stráið smá ediki, hvítlauk, myntu og salti og pipar eftir smekk á hvert lag. Lokið og kælið í að minnsta kosti 24 klukkustundir áður en það er borið fram.

Steikið kúrbítinn

Kúrbítur í Padella

Gerir 6 skammta

Þetta er fljótleg leið til að búa til dýrindis rétt með kúrbítum, lauk og steinselju.

1 kíló af kúrbít

2 matskeiðar af ósaltuðu smjöri

1 lítill laukur, smátt saxaður

Salt og nýmalaður svartur pipar

3 matskeiðar af saxaðri steinselju

1. Hreinsið kúrbítinn með pensli undir köldu rennandi vatni. Skerið brúnirnar. Skerið í 1/8 tommu sneiðar.

tveir. Bræðið smjörið í meðalstórri pönnu við miðlungs lágan hita. Bætið lauknum út í og eldið þar til hann er mjúkur, um það bil 5 mínútur.

3. Bætið kúrbít út í og blandið smjöri yfir. Lokið og eldið í 5 mínútur eða þar til kúrbíturinn er mjúkur þegar hann er stunginn með gaffli.

4. Bætið salti og pipar og steinselju eftir smekk og blandið vel saman. Berið fram strax.

Kúrbít með beikoni

kúrbít með beikoni

Gerir 4 skammta

Þessir kúrbítur eru frábærir sem meðlæti með kjúklingi, en líka sem sósa fyrir heitan eldaðan penne eða annað pasta.

1 1/2 pund lítill kúrbít

1 meðalstór laukur, saxaður

2 matskeiðar af ólífuolíu

1 hvítlauksgeiri, saxaður

1/2 tsk þurrkuð basil eða timjan

Salt og nýmalaður svartur pipar

3 þunnar sneiðar af innfluttri ítölskri skinku, skornar þversum í mjóar ræmur

1. Hreinsið kúrbítinn með pensli undir köldu rennandi vatni. Skerið brúnirnar. Skerið kúrbít í 1/8 tommu sneiðar.

tveir. Á stórri pönnu, steikið laukinn í olíu við meðalhita. Eldið, hrærið, þar til laukurinn er mjúkur og gullinn, um það bil 10 mínútur. Bætið hvítlauknum og basilíkunni út í og eldið í 1 mínútu í viðbót.

3. Blandið saman graskersneiðunum og salti og pipar eftir smekk. Bakið í 5 mínútur.

4. Bætið beikoni út í og eldið þar til kúrbíturinn er mjúkur, um það bil 2 mínútur í viðbót. Berið fram heitt.

www.ingramcontent.com/pod-product-compliance
Lightning Source LLC
Chambersburg PA
CBHW050022130526
44590CB00042B/1529